मशीनिस्ट ग्राइंडर प्रथम वर्ष मराठी MCQ

मनोज डोळे

डिजिटायझेशन ही काळाची गरज आहे. भविष्यात, प्रशिक्षण अधिक सोयीस्कर आणि सोपे करण्यासाठी औद्योगिक प्रशिक्षण संस्थांमध्ये ऑनलाइन इंटरनेट वापरून प्रशिक्षण घेणे आवश्यक आहे. MCQ प्रश्नांचा संच असलेली ई-पुस्तके प्रशिक्षणार्थींना उपलब्ध करून दिली जातील कारण त्यांना त्यांच्या औद्योगिक प्रशिक्षण संस्थांमध्ये होणाऱ्या ऑनलाइन परीक्षांच्या तयारीसाठी MCQ प्रश्नांची अधिक सवय होणे आवश्यक आहे.

या सर्व बाबी लक्षात घेऊन श्री.मनोज मधुकर डोळे प्रशिक्षक, औद्योगिक प्रशिक्षण संस्था, सातारा यांनी नवीन वार्षिक प्रणाली आणि NSQF-5 अभ्यासक्रमानुसार पुस्तके लिहिली आहेत. आणि त्यांनी प्रशिक्षण सुलभ करण्यासाठी सैद्धांतिक मोबाइल ॲप्स आणि ब्लॉग तयार केले आहेत आणि हे सर्व शैक्षणिक साहित्य जगप्रसिद्ध Google Play Store, Amazon आणि Apple Book Store वर डाउनलोड करण्यासाठी उपलब्ध केले आहे.

पुस्तकांचे प्रकाशन माननीय सहसंचालक श्री राजेंद्र घुमे साहेब प्रादेशिक व्यावसायिक शिक्षण व प्रशिक्षण कार्यालय, पुणे यांच्या हस्ते दिनांक 9/1/2019 रोजी करण्यात आले, यावेळी श्री प्रकाश सायगावकर साहेब प्राचार्य शासकीय औद्योगिक प्रशिक्षण संस्था औंध पुणे, श्री तुकाराम मिसाळ साहेब प्राचार्य डॉ. सरकार प्र.संस्था सातारा, श्री सचिन धुमाळ साहेब जिल्हा व्यवसाय शिक्षण व प्रशिक्षण अधिकारी सातारा, श्री यतीन पारगावकर साहेब मुख्याध्यापक गो. प्र.संस्था कोल्हापूर, श्री विकास टेके साहेब निरीक्षक व्यावसायिक शिक्षण व प्रशिक्षण क्षेत्रीय कार्यालय पुणे, पालेकर फूड्स प्रॉडक्ट्स प्रा. लि.चे सातारा येथील उद्योजक अध्यक्ष श्री.नीळकंठराव पालेकर साहेब, हिरा फूड्स चे चेअरमन श्री.इब्राहिम बाबा तांबोळी साहेब, सौ.शाल्मली पवार मुख्याध्यापिका शासकीय तंत्रनिकेतन केंद्र सातारा व इतर मान्यवर यावेळी उपस्थित होते.

अनुक्रमणिका

प्रस्तावना

मशिनिस्ट ग्राइंडर प्रथम वर्ष MCQ हे ITI अभियांत्रिकी कोर्स लिफ्ट आणि एस्केलेटर मेकॅनिकसाठी एक साधे ई-पुस्तक आहे, प्रथम वर्ष, सेमी- 1 आणि 2, 2022 मध्ये सुधारित NSQ F-5 अभ्यासक्रम यामध्ये अधोरेखित आणि ठळक अचूक उत्तरांसह वस्तुनिष्ठ प्रश्न आहेत. फायलिंग, सॉइंग, ड्रिलिंग, टॅपिंग, चिपिंग, ग्राइंडिंग आणि भिन्न फिटिंग, लेथ चालू करणे उदा., प्लेन, फेसिंग, कंटाळवाणे, खोबणी, स्टेप टर्निंग, पार्टिंग, चेम्फरिंग यांसारख्या मूलभूत फिटिंग कव्हरिंग घटकांबद्दल सर्व नवीनतम आणि महत्त्वपूर्ण विषयांसहित. , ग्राइंडिंग व्हील, साधा आणि दंडगोलाकार पृष्ठभाग, उदा. समांतर ब्लॉक, प्लेन मँडरेल, सॉकेट, मोर्स टेपर, स्लीव्ह, वेगवेगळ्या मिलिंग ऑपरेशन्स (प्लेन, स्टेप्ड, अँगुलर, डोवेटेल, टी-स्लॉट, कॉन्टूर, गियर) तसेच पृष्ठभाग आणि दंडगोलाकार ग्राइंडिंग, टेपर ग्राइंडिंग, विक्षिप्त ग्राइंडिंग, बुश, स्क्वेअर ब्लॉक , व्ही-ब्लॉक, अँगल प्लेट, साइड आणि फेस मिलिंग कटरचे री-शार्पनिंग आणि बरेच काही.

आम्ही प्रत्येक नवीन आवृत्तीसह नवीन प्रश्नांची उत्तरे जोडतो. कृपया काही त्रुटी/ वगळल्यास आम्हाला ईमेल करा. सर्व अभियांत्रिकी बहुपर्यायी प्रश्न आणि उत्तरांसाठी हे निर्विवादपणे सर्वात मोठे आणि सर्वोत्तम ई-पुस्तक आहे.

विद्यार्थी म्हणून तुम्ही ते तुमच्या परीक्षेच्या तयारीसाठी वापरू शकता. हे ई-पुस्तक प्राध्यापकांना साहित्य रीफ्रेश करण्यासाठी देखील उपयुक्त आहे.

नांदी, प्रस्तावना

21 व्या शतकातील औद्योगिक क्षेत्रातील वेगाने वाढणाऱ्या मागणीच्या अनुषंगाने बहु-कुशल कारागीरांचा पुरवठा करण्यासाठी व्यवसाय शिक्षण आणि व्यवसाय प्रॅक्टिकल विभागामार्फत व्यावसायिक शिक्षण आणि प्रशिक्षण विभागामार्फत व्यावसायिक शिक्षण आणि प्रशिक्षण दिले जाते. संस्थांमधील सर्व व्यवसाय महत्त्वाचे आहेत, कारण या व्यवसायांतील प्रशिक्षणार्थी उद्योगाच्या मागणीनुसार बहु-कौशल्ये विकसित करतात.

औद्योगिक क्षेत्रातील सर्व उद्योगांमधील सर्व परीक्षा ऑनलाइन घेतल्या जातात आणि त्यामध्ये MCQ पद्धतीच्या प्रश्नांचा समावेश होतो हे लक्षात घेऊन सर्व व्यवसायांसाठी योग्य MCQ ई-पुस्तके उपलब्ध करून देण्याच्या उदात्त हेतूने. श्री.मनोज मधुकर डोळे यांनी नवीन वार्षिक अभ्यासक्रमानुसार MCQ पद्धतीवर खूप चांगले ई-बुक लिहिले आहे. हे ई-बुक सर्व प्रशिक्षणार्थी, प्रशिक्षणार्थी उमेदवार, प्रशिक्षण प्रशिक्षक आणि संबंधित इतरांसाठी निश्चितच मार्गदर्शक ठरेल.

पुस्तकाचे लेखक श्री.मनोज मधुकर डोळे आहेत, इन्स्ट्रक्टर गव्हर्नमेंट ITI सातारा यांना 17 वर्षांचा प्रशिक्षणाचा अनुभव आहे. नवीन वार्षिक पॅटर्न म्हणून लिहिलेल्या, या ई-बुकमध्ये प्रत्येक विषयासाठी मांडणी, सोपी भाषा आणि सोपी वाक्यरचना, आकृती आणि व्हिडिओ समजून घेण्यासाठी आधुनिक डिजिटल QR कोड तंत्रज्ञान समाविष्ट केले आहे. त्यामुळे सखोल अभ्यास आणि परीक्षेच्या सरावासाठी हे ई-बुक नक्कीच उपयोगी पडेल याची मला खात्री आहे. त्यांनी केलेले काम नक्कीच कौतुकास्पद आहे.

श्री तुकाराम मिसाळ
प्राचार्य शासकीय औद्योगिक प्रशिक्षण संस्था सातारा.

ऋणनिर्देश, पावती

DGET नवी दिल्ली आणि CSTARI कोलकाता ऑगस्ट 2018 च्या सत्रापासून ITI मधील सर्व व्यवसायांसाठी वार्षिक पॅटर्न लागू करत आहेत. परीक्षा पद्धतीतही बदल करण्यात येणार असून या वर्षीपासून ती ऑनलाइन होणार असून सर्व प्रश्न वस्तुनिष्ठ स्वरूपाचे (MCQ) असल्याने प्रशिक्षणार्थींना सखोल अभ्यासाची नितांत गरज आहे. हे लक्षात घेऊन जुन्या NIMI पॅटर्नवर आधारित पुस्तके आणि नवीन वार्षिक पॅटर्नचे संपूर्ण विहंगावलोकन सादर करताना आम्हाला आनंद होत आहे आणि आम्हाला आशा आहे की ही पुस्तके सर्व व्यवसाय संचालक आणि प्रशिक्षणार्थींसाठी मार्गदर्शक ठरतील. आहे.

ही पुस्तके लिहिल्याबद्दल जोहर आवटे साहेब, ITI अकलूजचे प्राचार्य. ITI सातारा चे माजी प्राचार्य सायगावकर साहेब, सहाय्यक संचालक श्री चंद्रकांत ढेकणे साहेब व्यवसाय शिक्षण व प्रशिक्षण प्रादेशिक कार्यालय, पुणे, जिल्हा व्यवसाय शिक्षण व प्रशिक्षण अधिकारी सचिन धुमाळ साहेब व मुख्याध्यापिका शासकीय तंत्रनिकेतन केंद्र शाल्मली पवार मॅडम व मुलगा अधिराज डोळे, आई कुसुम डोळे. , माझे वडील मधुकर डोळे आणि पत्नी अश्विनी डोळे यांनी वेळोवेळी केलेल्या विशेष मार्गदर्शन व सहकार्याबद्दल मी त्यांचा मनःपूर्वक आभारी आहे.

तसेच अतिशय कमी कालावधीत पुस्तक प्रकाशित करण्यात अमूल्य वेळ दिल्याबद्दल श्री राजेंद्र घुमे साहेब, सहसंचालक, व्यवसाय शिक्षण व प्रशिक्षण प्रादेशिक कार्यालय, पुणे यांनी पुस्तकाचे पुनरावलोकन केले. त्यांच्या अभिप्रायाबद्दल मी मनापासून आभारी आहे.

पुस्तक लिहिण्याच्या सुरुवातीपासूनच सतत पाठबळ दिल्याबद्दल ITI सातारा च्या प्रशिक्षकांचा मी आभारी आहे.

या पुस्तकातून, ई-लर्निंगबद्दलचे माझे विचार तुमच्याशी शेअर करण्यात मी स्वतःला धन्य समजतो. हे पुस्तक परिपूर्ण आहे असा दावा मी करणार नाही, कारण परिपूर्णतेचा विचार करता हे पुस्तक एक प्रयत्न आहे आणि बाल्यावस्थेत आहे. त्यांची चाचणी आणि सूचना दिल्यास ते सुधारण्यासाठी मोलाचे ठरतील.

मनोज डोळे

दिनांक 9/1/2019

1

मशीनिस्ट ग्राइंडर प्रथम वर्ष मराठी MCQ Drawing

Online Test Exam
ITI Books
CNC Course
AutoCAD CAM
JOB & Apprentice
Online Theory
Computer Course
Trading Course
Web Designing
MSCIT Course
Shopping Business
Internet Business
Remotasks Course
Online Services
Top Sportsmans
Indian Army
Freedom Fighters
Top Scientists
Social Reformers
Motivational Speaker
Top Richest People
Join WhatsApp Group
Join Facebook Group
Like Facebook Page
PAN / Adhar / Licence
Passport

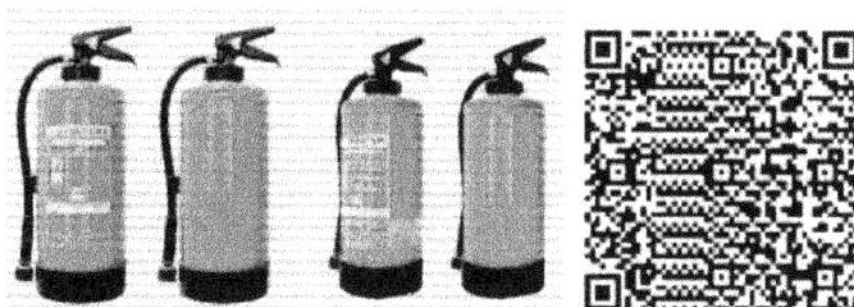

Fire extinguisher

Calliper

Hacksaw frame

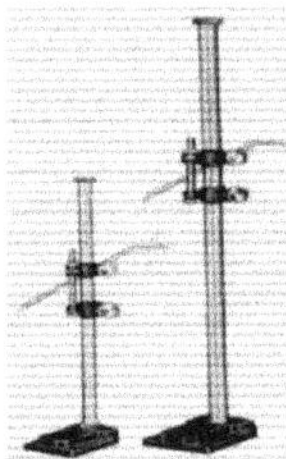

Universal surface guage

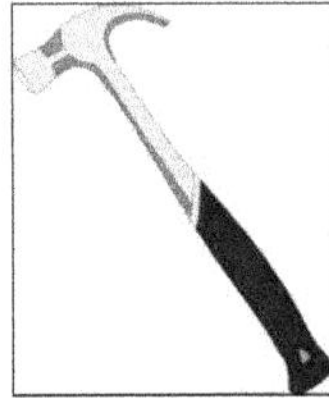

Hammer

Centre punch

Bench vice

Files

Scraper

Surface Plate

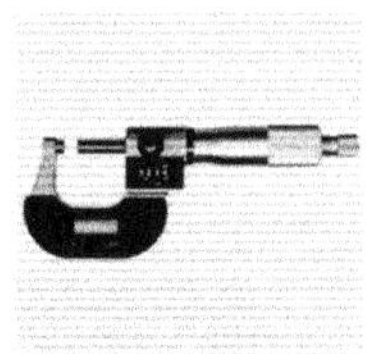

Outside Micrometer

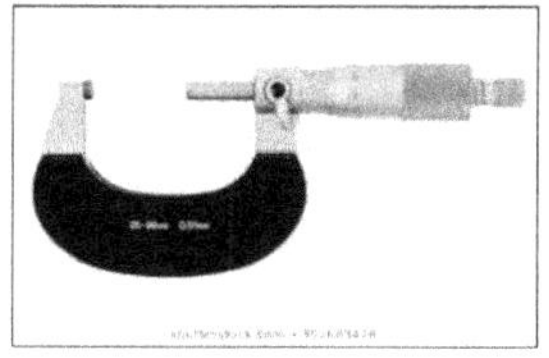

Micrometer

Depth micrometer

Vernier Calliper

Vernier bevel protractor

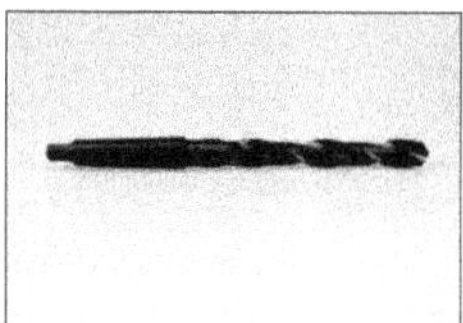

Drilling

Reamer

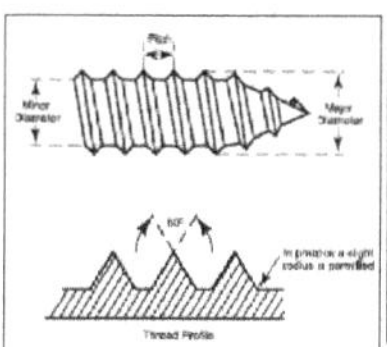

Thread

Tap Die

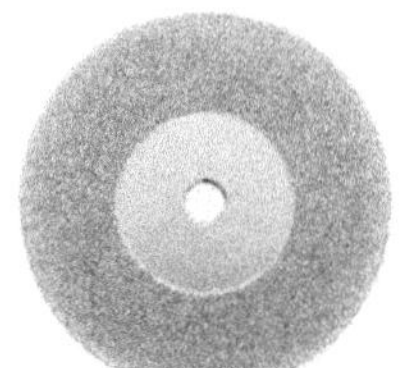

Grinding Wheel

Slip gauge

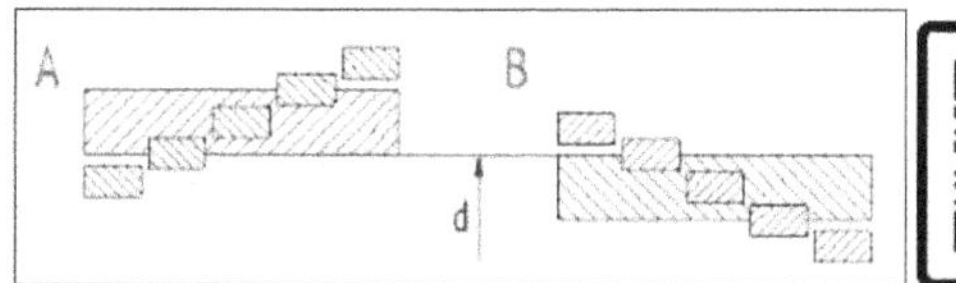

Limit fit tolerance

Lathe Machine

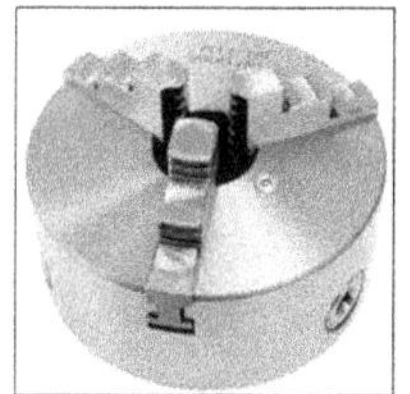

Lathe chuck

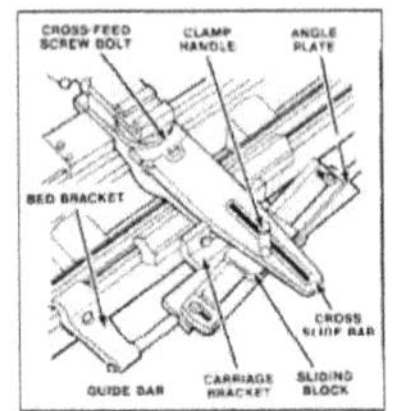

Taper turning attachment

taper ring gauge

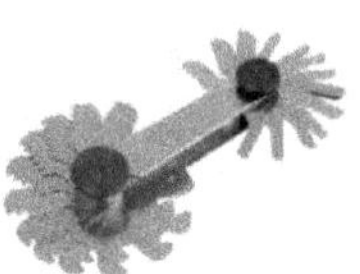

screw pitch gauge

Gear

screw pitch gauge

Tap Die

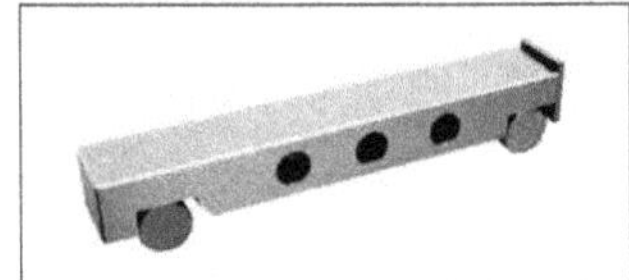

Sine bar

Slip gauge

Dial test indicator

Telescopic gauge

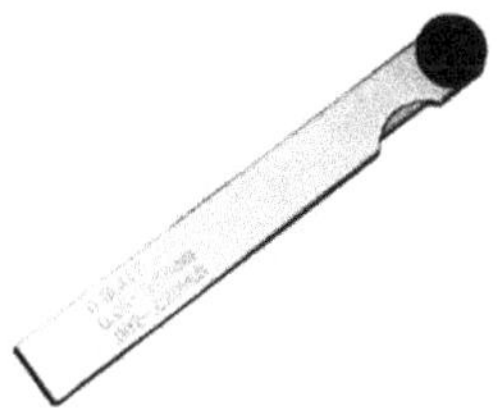

Feeler gauge

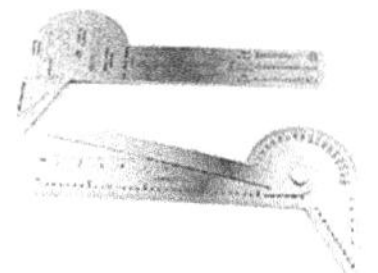

Centre gauge

Jig

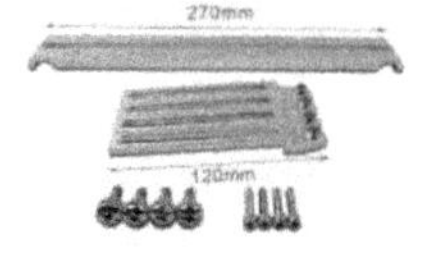

Fixture

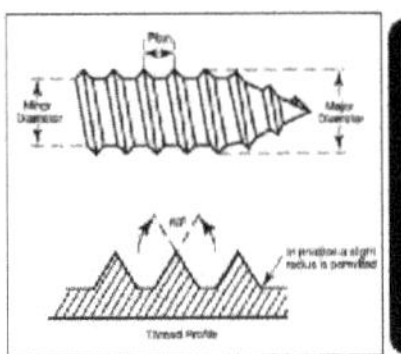

Thread

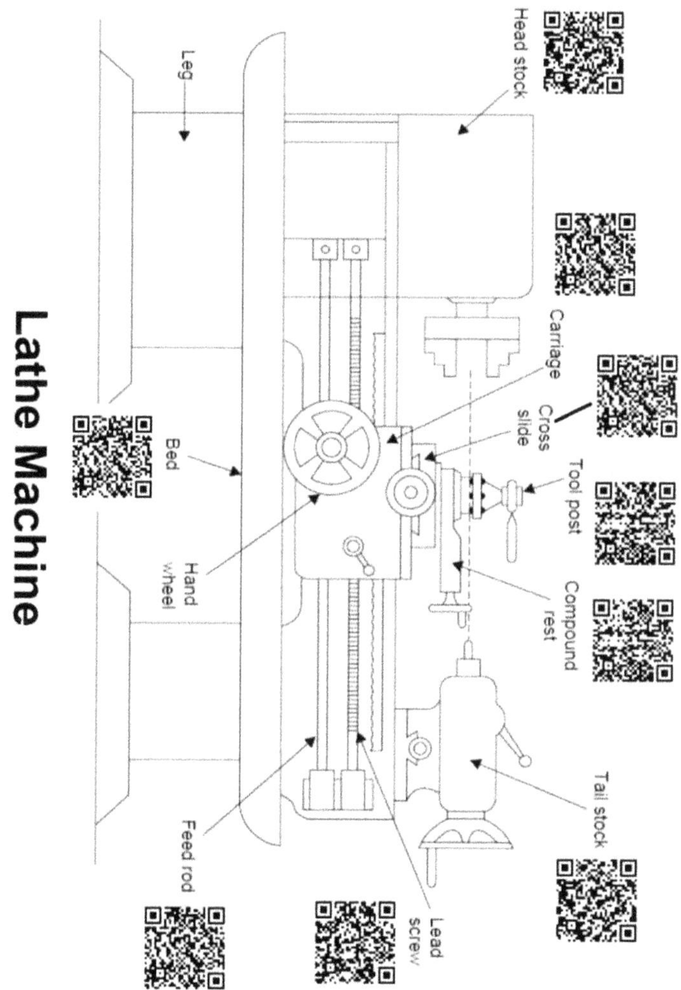
Lathe Machine
Head stock
Leg
Carriage
Cross
slide
Tool post
Compound
rest
Tail stock
Bed
Hand
wheel
Feed rod
Lead
screw

Bench Grinding Machine

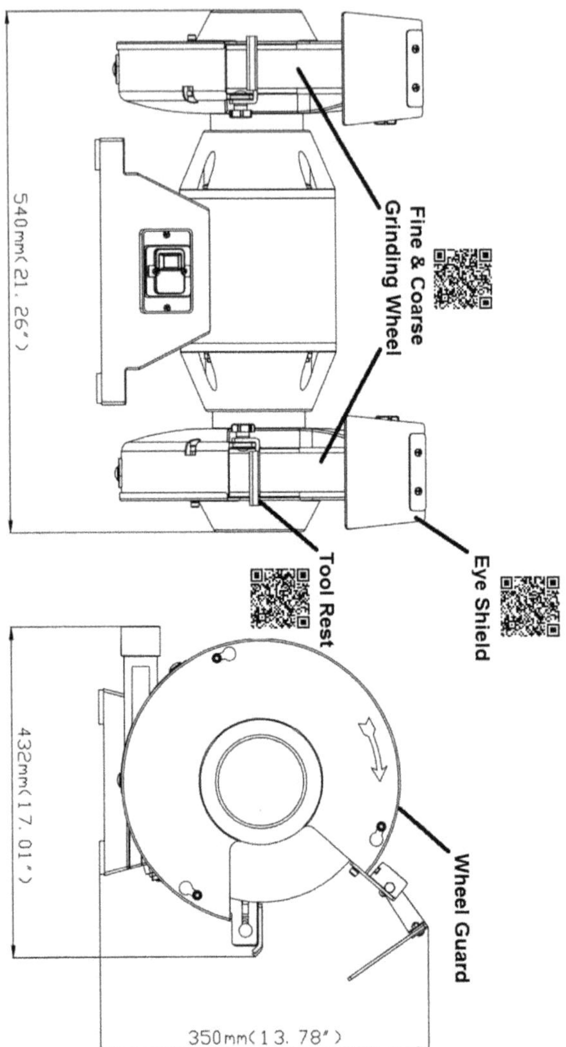

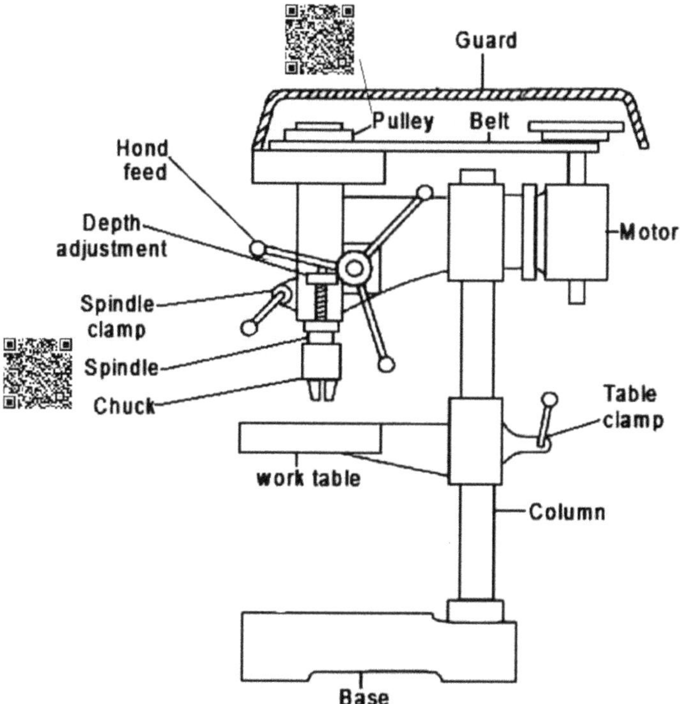

Piller Drilling Machine

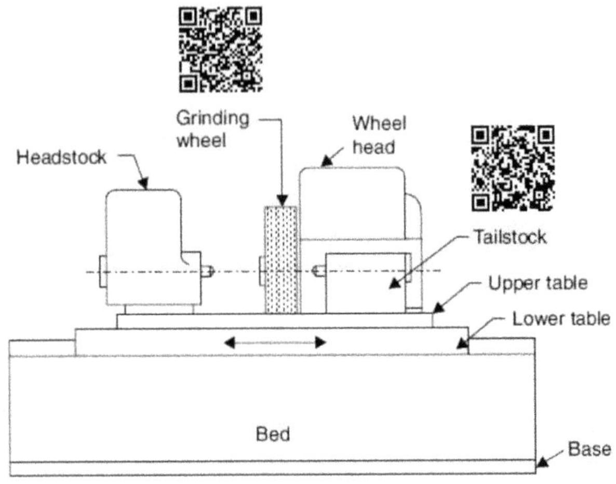

plain cylindrical grinder

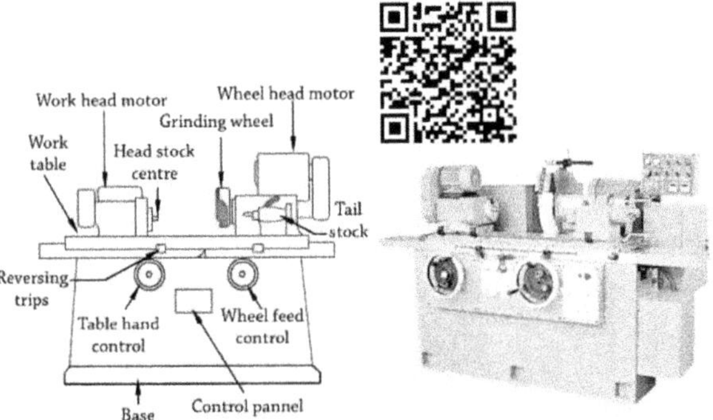

Cylindrical grinding machine

To study Different operations and parts of Surface Grinding Machine

SURFACE GRINDER

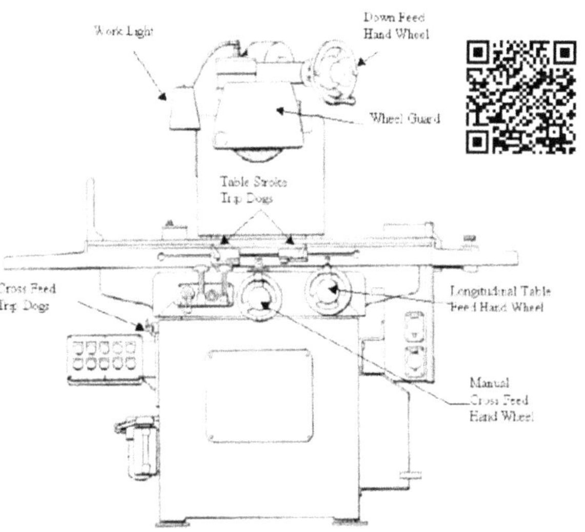

Surface grinding is used to produce a smooth finish on flat surfaces. It is a widely used abrasive machining process in which a spinning wheel covered in rough particles (grinding wheel) cuts

PLAIN OR HORIZONTAL MILLING MACHINE

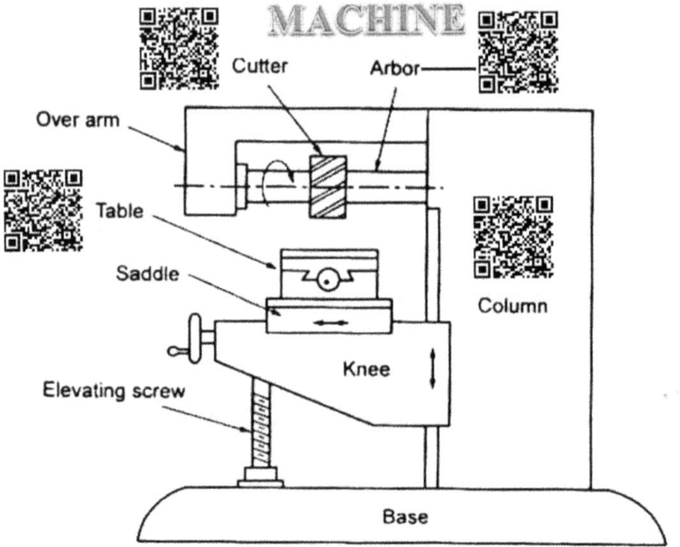

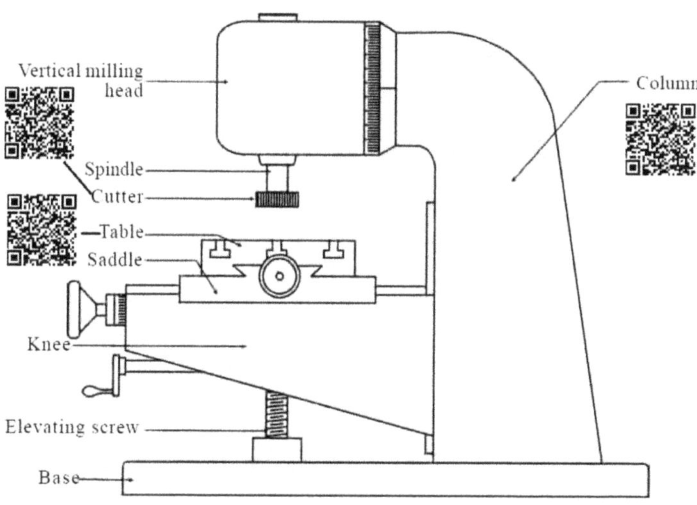

Vertical Milling Machine

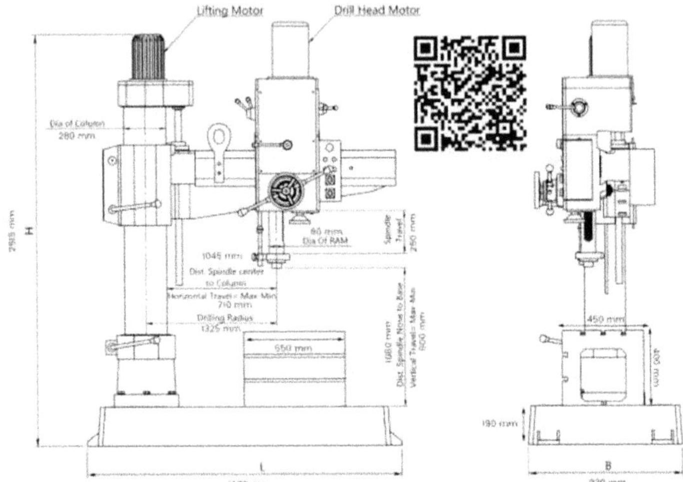

Radial Drilling Machine

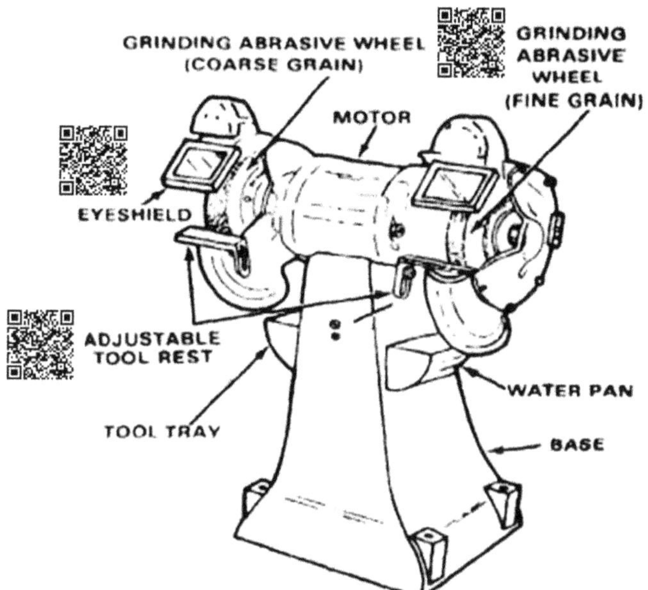

Pedastal Grinding Machine

2

मशीनिस्ट ग्राइंडर प्रथम वर्ष मराठी MCQ

01] दळताना डोळ्यांच्या संरक्षणासाठी कोणता वापर केला जातो?

अ] गडद हिरवा काच

ब] मुखवटा

क] सूर्याचा चष्मा

<u>ड] सुरक्षागॉगल</u>

02] रक्तस्त्राव झाल्यास उपचार घ्या

डी] थंड 3" आणि विश्रांती

<u>अ] थंडपाण्याचीफवारणीकरा</u>

ब] लगेच मलमपट्टी -----.

ब] अपघात विचार उपचार बद्दल चौकशी

03] अपघात झाल्यास, पीडित व्यक्तीने आयएम

अ] विश्रांती घेण्यास सांगितले

<u>क] तात्काळहजरझाले</u>

डी] त्याला सोडा

04] जखमी किंवा आजारी व्यक्तीला प्राथमिक उपचार दिले जातात....

अ] जीव वाचवा

ब] मफचा पुढील बिघाड टाळा

क] शक्य तितका आराम द्या

<u>ड] हेसर्व</u>

05] कचरा पेपर वेगळे करण्यासाठी डब्यांचा कलर कोड ----- आहे.

<u>अ] निळारंग</u>

ब] पिवळा रंग

क] लाल रंग

ड] हिरवा रंग

०६] जपानी भाषेत सेको म्हणजे --------------

<u>अ] चमकणे</u>

ब] क्रमवारी लावा

क] प्रमाणीकरण

ड] टिकवणे

07] SS प्रणालीचा फायदा ------ आहे.

अ] उत्पादकतेत वाढ

ब] गुणवत्तेत वाढ

क] वेळेचा अपव्यय कमी करणे

<u>ड] हेसर्व</u>

०८] सुरक्षा म्हणजे -----------

अ] कोणाचाही व्यवसाय नाही

<u>ब] प्रत्येकशरीराचाव्यवसाय</u>

क] काही शरीर व्यवसाय

ड] संस्थेचा व्यवसाय

०९] मूलभूत श्रेणींसाठी सुरक्षा चिन्हे उपलब्ध आहेत "निषेध" चिन्हाचा अर्थ ----

<u>अ] दाखवतेकीतेकेलेजाऊनये</u>

ब] काय केले पाहिजे ते दाखवते

क] धोक्याची किंवा धोक्याची चेतावणी देते

ड] सुरक्षा तरतुदीची माहिती देते

10] कार्यशाळेची सुरक्षा कोणती आहे?

<u>अ] दुकानातीलमजलास्वच्छआणिग्रीस, तेलकिंवाइतरनिसरड्यापदार्थांपासूनमुक्तठेवा</u>

ब] वेग बदलण्यापूर्वी मशीन थांबवा

C] फटाके किंवा चिरलेली साधने वापरू नका

ड] धावणारे मशीन हाताने थांबवण्याचा प्रयत्न करू नका

11] पर्सनल प्रोटेक्ट इक्विपमेंट (PPE] मध्ये हेल्मेट वापरले जाते

<u>अ] डोकेसंरक्षितकरा</u>

ब] डोळ्यांचे रक्षण करा

क] हातांचे संरक्षण करा

ड] कानांचे रक्षण करा

12] खालीलपैकी कोणते सामान्य सुरक्षिततेशी संबंधित आहे?

A चांगल्या वृत्तीचा कार्यकर्ता ठेवा

ब] काम स्वच्छ आणि स्पष्ट

क] आपल्या कामावर लक्ष केंद्रित करा

<u>ड] मजलाआणिगँगवेस्वच्छआणिस्वच्छठेवा</u>

13] खालीलपैकी कोणते यंत्र सुरक्षिततेसाठी केले जाते?

<u>अ] मशीनसुरूकरण्यापूर्वीतेलाचीपातळीतपासा</u>

ब] पद्धतशीर पद्धतीने कामे करा

क] फरशी आणि गँगवे स्वच्छ आणि स्वच्छ ठेवा

ड] डाय आणि स्कार्फ वापरू नका

14] ln पर्सनल प्रोटेक्ट इक्विपमेंट (PPE], 'स्लीव्हज'चा वापर संरक्षणासाठी केला जातो ----------

चेहरा

ब] डोळे

क] कान

<u>ड] हात</u>

15] ABC म्हणजे -------------

अ] स्वयंचलित श्वास नियंत्रण

ब] स्वयंचलित रक्त नियंत्रण

<u>क] वायुमार्गातीलश्वासोच्छवासाचेअभिसरण</u>

ड] स्वयंचलित रक्त परिसंचरण

Fire Extingusher.png

16] “क्लास बी” आग विझवण्यासाठी अग्निशामक यंत्राचे प्रकार वापरले जातात ....

<u>अ] कोरडीशक्ती</u>

ब] कार्बन डायऑक्साइड

क] पाण्याचा जेट

ड] फोम प्रकार

17] सामान्य आग विझवण्यासाठी कोणत्या प्रकारचे अग्निशामक यंत्र वापरले जाते?

<u>अ] पाण्याचेप्रकारविझवण्याचेयंत्र</u>

ब] फोम प्रकार एक्टिंग्विशर

क] कोरडी रासायनिक पावडर एक्टिंग्विशर

D] कार्बन डायऑक्साइड (C02] एक्टिंग्विशर

bench
grinder-wheel.png

18] पेडेस्टल ग्राइंडरच्या कार्यामध्ये --------- समाविष्ट आहे

अ] कापण्याचे साधन धार लावणे

ब] उग्र दळणे

<u>क] दोन्ही (अ] आणि (ब]</u>

ड] यापैकी नाही

19] पेडेस्टल ग्राइंडरच्या दोन चाकांसाठी वापरल्या जाणाऱ्या ॲब्रेसिव्हचे प्रकार आहेत.-

.

अ] खडबडीत आणि खडबडीत प्रकार

ब] बारीक आणि बारीक प्रकार

<u>क] खडबडीतआणिदंड</u>

ड] यापैकी नाही

20] स्टीलचा नियम ---------- आहे.

अ] चिन्हांकित करणारे साधन

क] तपासण्याचे साधन

ब] अचूक साधन

<u>ड] थेटमोजण्याचेसाधन</u>

21] खालीलपैकी कोणते थेट मोजण्याचे साधन आहे?

अ] चौरस करून पहा

<u>B] स्टीलनियम</u>

क] सरळ धार

22] स्टील नियमाची सर्वात कमी गणना आहे..

अ] 1 मि.मी

ब] 0.25 मिमी

<u>क] 0.5 मिमी</u>

ड] 2 मि.मी

23] विभाजकांचा आकार ----------- द्वारे निर्दिष्ट केला जातो.

अ] पायांची एकूण लांबी

ब] पूर्णपणे उघडल्यावर बिंदूंमधील अंतर

क] बिंदू नसलेल्या पायांची लांबी

<u>D] पिव्होटआणिबिंदूमधीलअंतर</u>

24] समांतर रेषा चिन्हांकित करण्यासाठी वापरलेले साधन आहे, समांतर काठाच्या समांतर आहे -

<u>अ] जेनीकॅलिपर</u>

ब] विभाजक

क] बाहेरील कॉलीपर

ड] कॅलिपरच्या आत

hand tools.png

25] खालीलपैकी कोणते एक अप्रत्यक्ष मोजण्याचे साधन आहे?
अ] बाहेरीलकॅलिपर
ब] व्हर्नियर कॅलिपर
क] पोलादी नियम
D] बाहेरील मायक्रोमीटर
26] केंद्र शोधण्यासाठी वापरलेल्या पंचाचे नाव सांगा.
अ] प्रिक पंच ३०°
ब] प्रिक पंच ६०°
क] केंद्रपंच
ड] डॉट पंच

Punches.png

27] केंद्र पंचाचा बिंदू कोन -------- आहे.

अ] ३०°

ब] ५०°

c] 900

ड] 1200

28] विविध मानक लांबीचे ब्लेड यामध्ये बसवता येतात..

अ] ठोस चौकट

ब] समायोज्यफ्रेम (सपाटप्रकार]

क] निश्चित फ्रेम

ड] कडक फ्रेम

Hacksaw Frame
Blade.png

29] पातळ कापण्यासाठी हॅकसॉ ब्लेडची सर्वात योग्य खेळपट्टी. विभाग ट्यूब आहे
अ] 0.8 मिमी
ब] 1.0 मिमी
क] 1.4 मिमी
ड] 1.8 मिमी
30] हॅकसॉ ब्लेडचे दात ----------- मुळे निस्तेज होतात
C] h'gh गतीआणिदाब
ब] रिटर्न स्ट्रोक दरम्यान दाब सोडला जात नाही
अ] शीतलक वापरलेले नाही
ड] कमी वेग आणि दाब
31] हॅकसॉ ब्लेडचा मानक आकार खालीलपैकी कोणता आहे?
अ] 150 मिमी
ब] 3000 मिमी
क] 225 मिमी
0] 100 मिमी
10] फाइल 06
32] लाकूड, चामडे आणि इतर मऊ साहित्य भरण्यासाठी कोणती फाईल वापरली जाते?

अ] सिंगल कट फाइल
ब] डबल कट फाइल
c] रास्पकटफाइल
ड] वक्र कट फाइल

Files.png

33] वापरलेली फाईल ------------ साठी वापरली जाते.

अ] कामाचा तुकडा साफ करणे

क] फाईलचे दात नूतनीकरण करणे

<u>ब] फाईलचेदातसाफकरणे</u>

ड] चिप्स साफ करणे

34] फाइल कार्ड -------- यासाठी वापरले जाते.

अ] कामाचा तुकडा स्वच्छ करा

C] फाईलचे दात नूतनीकरण करा

<u>ब] फाईलचेदातस्वच्छकरा</u>

ड] चिप्स स्वच्छ करा

35] बास्टर्ड फाइलचे कार्य ------ आहे.

<u>अ] सामग्रीमोठ्याप्रमाणातकमीकरणे</u>

क] अचूकपणे फाइल करणे

ब] सामग्री वेगाने काढून टाकणे

ड] यापैकी नाही

36] सामग्रीचा आकार अचूक आणि चांगल्या प्रकारे पूर्ण करण्यासाठी फाईलचा वापर केल्यास कोणता प्रकार?

अ] रफ फाइल

ब] बास्टर्ड फाइल

क] गुळगुळीत फाइल

<u>ड] मृतगुळगुळीतफाइल</u>

37] 60° पेक्षा जास्त कोन असलेले कोपरे आणि ग्रोव्ह फाइलिंगसाठी -------- आहे.

A] गोल फाइल

ब] चौरस फाइल

C] त्रिकोणीफाइल

ड] चाकूची धार फाइल

38] छिन्नी ~- नुसार निर्दिष्ट केल्या आहेत

अ] लांबी

ब] छिन्नीची रुंदी

क] शरीराच्या क्रॉस सेक्शनचा प्रकार

ड] हेसर्व

39] साधारणपणे वाइसच्या हँडलची लांबी ---------- असते.

अ] वाइसच्या सामान्य आकाराच्या 1.5 पट

ब] वाइसच्यासामान्यआकाराच्या 2.5 पट

क] वाइसच्या सामान्य आकाराच्या 3.5 पट

ड] वाइसच्या सामान्य आकाराच्या 4.5 पट

Bench Vice.png

40] बेंच व्हाईस स्पिंडल .... चे बनलेले असते.

अ] सौम्यपोलाद

ब] कास्ट लोह

क] साधन स्टील

ड] कांस्य

41] M10 x 15 साठी टॅपिंग ड्रिल आकार -------- आहे

अ] ८.२

ब] ८.३

क] ८.४

ड] ८.५

42] M10XI.S च्या स्क्रूसाठी नट बनवायचे आहे. ड्रिल केलेल्या छिद्राचा आकार किती असावा?

अ] 8-5 मिमी

ब] 9.0 मिमी

क] 9.5 मिमी

ड] 10.0 मिमी

Tap Die.png

43] टॅप पीसून पुन्हा तीक्ष्ण केले जातात ....

अ] बासरी

ब] धागे

क] व्यास

ड] आराम

44] MS टॅप रुंदीच्या टेपिंगसाठी कोणत्या आकाराचे ड्रिल वापरले जाते?

अ] 4.5 मिमी

ब] 4.0 मिमी

C] 0.38 मिमी

ड] 0.35 मिमी

45] खालीलपैकी कोणता धागा हाताने चालवण्यासाठी वापरला जातो?

<u>एकनळ</u>

ब] थ्रेडिंग साधन

क] थ्रेडिंग चेझर

ड] टिपलेले साधन

46] हँड टॅपिंग ऑपरेशनमध्ये, वापरलेल्या नळांची संख्या ----

अ] २

<u>ब] ३</u>

क] ४

ड] 5

47] एका छिद्रात 100% टॅप मिळविण्यासाठी छिद्राचा आकार ---- समान असणे आवश्यक आहे.

<u>अ] नळाचाकिरकोळव्यास</u>

ब] नळाचा मध्यवर्ती व्यास

क] टॅपचा मुख्य व्यास

ड] यापैकी नाही

48] बाहेरील धागा कापण्यासाठी वापरल्या जाणाऱ्या कटिंग टूलला -------- म्हणतात.

अ] कवायत

ब] रिमर

<u>क] मरणे</u>

ड] टॅप करा

49] तांबे किंवा अॅल्युमिनियम टॅप करण्यासाठी कोणत्या शीतलकाची शिफारस केली जाते?

<u>अ] रॉकेल</u>

ब] लाडाचे तेल

क] सोडा पाणी

ड] कोरडी हवा

५०] तांबे किंवा अॅल्युमिनियम टॅपिंगसाठी वापरले जाणारे शीतलक -------- आहे.

<u>अ] रॉकेल</u>

ब] लाडाचे तेल

क] सोडा पाणी

ड] कोरडी हवा

51] स्नेहक .... आवश्यक आहे.

अ] कमीतकमीभारघेऊनमशीनसुरळीतचालवा

ब] यंत्र लवकर चालवा

क] मशीन ताबडतोब थांबवा

ड] अधिक अचूकतेचा कार्य भाग तयार करा

55] ट्विस्ट ड्रिलमधील बासरींची संख्या -------- आहेत.

अ] १

ब] २

क] ३

ड] ४

56] वीज उपलब्ध नसलेल्या ठिकाणी छिद्र पाडण्यासाठी खालीलपैकी कोणते ड्रिलिंग मशीन वापरले जाते?

अ] बेंच ड्रिलिंग मशीन

ब] पिलर ड्रिलिंग मशीन

क] ड्रिलिंग मशीन पुन्हा डायल करा

ड] रॅचेटड्रिलिंगमशीन

drilling
machine.png

57] खालीलपैकी कोणते ड्रिलिंग मशीन हेवी ड्युटी कामासाठी वापरले जाते?

अ] बेंच ड्रिलिंग मशीन

ब] पिलर ड्रिलिंग मशीन

C] रेडियलड्रिलिंगमशीन

ड] इलेक्ट्रिक हँड ड्रिलिंग मशीन

58] ड्रिल चक मशीनच्या स्पिंडलवर ------ च्या माध्यमातून धरले जातात.

<u>अ] आर्बर</u>

ब] वाहून जाणे

क] ड्रॉ-इन बार

ड] चक नट

59] संवेदनशील बेंच ड्रिलिंग मशीनमध्ये ---- द्वारे भिन्न वेग प्राप्त केले जातात.

<u>अ] बेल्टपुलीयंत्रणा</u>

ब] हायड्रोलिक यंत्रणा

क] रॅक आणि पिनियन यंत्रणा

ड] कॅम आणि अनुयायी यंत्रणा

60] आवश्यक गुणधर्म मिळविण्यासाठी स्टीलची रचना बदलण्यासाठी गरम आणि थंड करण्याच्या प्रक्रियेला म्हणतात.

अ] कडक होणे

<u>ब] सामान्यकरणे</u>

क] उष्णता उपचार

ड] टेंपरिंग

61] एनीलिंगचा मुख्य उद्देश आहे

अ] कडकपणा वाढवा

ब] कणखरपणा वाढवा

<u>क] यंत्रक्षमतासुधारणे</u>

ड] विकृती सुधारणे

62] स्टीलचे सामान्यीकरण करण्याचा उद्देश --------

<u>अ] प्रेरिततताणकाढूनटाका</u>

ब] जीन्स सुधारतात आणि ठिसूळपणा कमी करतात

क] धातू मऊ करणे

ड] पृष्ठभाग वाढवा?

63] खालीलपैकी कोणती प्रक्रिया बाह्य 5" एनीलिंगसाठी कठोर करण्यासाठी वापरली जाते

अ] कडक होणे

ब] टेंपरिंग

<u>क] केसकडकहोणे</u>

ड] अश्रू पृष्ठभाग

64] टफ आणि ductIIe कोर आणि हार्ड ou असलेले घटक तयार करण्याचा उद्देश...... म्हणून ओळखला जातो.

अ] कडक होणे

<u>ब] केसकडकहोणे</u>

क] टेंपरिंग

ड] एनीलिंग

65] कडक होत असताना उच्च कार्बन स्टीलचे कमी गंभीर तापमान ---------- असते

A] 9600C

ब] 900° से

<u>c] 7230 इ.स</u>

D] 56O C

66] संरचना बदलण्याची आणि अशा प्रकारे गरम आणि थंड करून गुणधर्म बदलण्याची प्रक्रिया -- म्हणून ओळखली जाते.

<u>अ] उष्णताउपचार</u>

ब] मिश्रधातू

क] टेंपरिंग

ड] यापैकी नाही

67] धान्य रचना शुद्ध करण्यासाठी खालीलपैकी कोणती उष्णता उपचार प्रक्रिया अवलंबली जाते.

अ] एनीलिंग

ब] कडक होणे

क] टेंपरिंग

<u>ड] सामान्यकरणे</u>

68] लोखंड आणि पोलादावर एनीलिंग केले जाते ---------

अ] अंतर्गत ताण दूर करण्यासाठी

ब] कडकपणा कमी करण्यासाठी

क] यंत्रक्षमता सुधारण्यासाठी

<u>ड] हेसर्व</u>

69] खालीलपैकी कोणते उष्णता उपचाराच्या टप्प्यांत येत नाही?

अ] गरम करणे

<u>ब] स्वच्छता</u>

क] शमन करणे

ड] भिजवणे

70] तोफा हा तांब्याचा धातू आहे, ------------

<u>अ] कथीलआणिजस्त</u>

ब] शिसे आणि जस्त

क] झिंक आणि निकेल

ड] शिसे आणि निकेल

71] कास्ट आयरनचा वापर मशीन बेड तयार करण्यासाठी केला जातो कारण -------

<u>अ] तेअधिकसंकुचिततणावाचाप्रतिकारकरूशकते</u>

ब] ते वजनाने जड असते

क] हा स्वस्त धातू आहे

ड] हा एक ठिसूळ धातू आहे

75] खालीलपैकी कोणते ऑपरेशन सेंटर लेथवर करता येत नाही? .

अ] वळणे

ब] धागा कापणे

<u>क] गियरकटिंग</u>

ड] बारीक टर्निंग

76] लेथच्या टम्बलर गियर युनिटमधील गीअर्सची संख्या ----

अ] २

<u>ब] ३</u>

क] ४

ड] 5

77] लेथमधील फीड रॉडचे कार्य म्हणजे ----

<u>अ] रोटरीमोशनचेटूलच्यारेखीयगतीमध्येरूपांतरकरणे</u>

ब] रोटरी मोशनचे टूलच्या वर्तुळाकार गतीमध्ये रूपांतर करणे

क] रोटरी मोशनचे टेल स्टॉकच्या वर्तुळाकार गतीमध्ये रूपांतर करणे

ड] यापैकी नाही

78] लेथ चालू केलेल्या टेपरचा वापर म्हणजे ----

A] एकत्र केलेल्या भागांमध्ये ड्राइव्ह प्रसारित करण्यास मदत करा

ब] भाग एकत्र करण्यासाठी आणि वेगळे करण्यासाठी वापरले जाते

क] एकत्र केलेल्या भागांमध्ये स्वत: चे संरेखन द्या

<u>ड] हेसर्व</u>

79] कोणत्या लेथ सेंटरचा उपयोग पोकळ कामांना आधार देण्यासाठी केला जातो?

अ] टिपलेला केंद्र

ब] चेंडू केंद्र

<u>क] पाईपकेंद्र</u>

ड] फिरणारे केंद्र

80] थेट मध्यभागी नाकाचा समाविष्ट कोन .... आहे.

अ] ३०°

ब] 40°

c] 500

ड] 900

81] खालीलपैकी कोणता वर्क पीस त्याच्या भोक/बोअरमध्ये व्यास केंद्रित करण्यासाठी मशीनिंगसाठी वापरला जातो?

अ] फेसप्लेट

ब] मांडेल

क] तीन जबड्याचा चक

ड] चार जबड्याचा चक

Lathe Chuck.png

82] खालीलपैकी कोणता वापर नियमित वर्कपीस ठेवण्यासाठी केला जातो

अ] फेसप्लेट

ब] मांडेल

c] तीनजबडाचक

ड] चार-जबड्याचा चक.

83] चार जबड्याच्या चकच्या मागील बाजूस असलेल्या धाग्यांमध्ये...------ धाग्यांचे प्रकार आहेत.

अ] चौकोन

3] ट्रॅपेझॉइडल

क] V -आकार

ड] यापैकी नाही

84] रेक अँगलचा उद्देश --------

अ] उपकरणाची बाजू वर्क पीससह घासणे प्रतिबंधित करा

B] चिप्सदूरमार्गदर्शन

क] एक चांगला पृष्ठभाग पूर्ण W मिळवा

ड] साधनाचे आयुष्य वाढवा

85] आकृतीमध्ये "X" चिन्हांकित केलेला कोन ------ a आहे

अ] कटिंग अँगल'

<u>ब] पाचरकोन</u>

C] समोरील मंजुरी कोन

ड] रेक कोन

86] 60° कोनावर अचूकतेसाठी लेथचे थ्रेडिंग टूल तपासण्यासाठी कोणते गेज वापरले जाते?

अ] स्क्रू पिच गेज

ब] थ्रेड प्लग गेज

<u>क] केंद्रगेज</u>

ड] धागा रिंग गेज

87] जे छिद्र घटकाच्या पूर्ण खोलीतून केले जात नाही त्याला -------- म्हणतात.

अ] कोर छिद्र

<u>ब] आंधळाछिद्र</u>

क] पिन छिद्र

ड] बोअर होल

89] लेथवर ड्रिलिंग करताना, ड्रिल ------ मध्ये आयोजित केले जाते.

अ] हेडस्टॉक

ब] टेलस्टॉक

<u>क] कंपाऊंडविश्रांती</u>

ड] पलंग

90] सॉकेट स्क्रूच्या डोक्याला सामावून घेण्यासाठी विद्यमान छिद्राचा शेवट मोठा करण्याच्या प्रक्रियेला ----------- म्हणतात.

अ] कंटाळवाणे

ब] स्पॉट फेसिंग

<u>क] काउंटरकंटाळवाणे</u>

ड] काउंटर बुडणे

91] tmix-31 चे वर्गीकरण सेल्फ होल्डिंग आणि क्विक रिलीझिंग टॅपर्स म्हणून केले जाते. स्वत: ची धारण टेपर कोन आहे

<u>अ] ३°</u>

ब] ४°

c] 5°

ड] 6°

93] लहान लांबीच्या टेपरच्या उत्पादनाच्या मोठ्या प्रमाणात उत्पादनासाठी कोणत्या पद्धतीचा वापर केला जातो?

अ] फॉर्मटूल

ब] कंपाऊंड स्लाइड

क] टेलस्टॉक ऑफसेट.

ड] टेपर टर्निंग संलग्नक

94] मोर्स स्टँडर्ड टेपर हे आंतरराष्ट्रीय स्तरावर स्वीकृत मानक टेपरपैकी एक आहे, जे -------- पासून संख्यांमध्ये उपलब्ध आहे.

अ]१ ते ७

ब]१ ते ८

क] ओते 7

ड] 0 ते 8

95] स्टीप टेपर कापण्यासाठी कोणती टेपर टर्निंग पद्धत वापरली जाते?

अ] सेट ओव्हर पद्धत

ब] टेपर टर्निंग संलग्नक

क] फॉर्म टूल

ड] कंपाऊंडविश्रांतीफिरवणे

96] मोर्स टेपर खालीलपैकी कोणत्या मशीनच्या घटकांमध्ये वापरला जातो -...

अ] लेथचे स्पिंडल्स

ब] ड्रिल मशीनचे स्पिंडल्स

क] रीमरच्या शेंड्या

ड] हेसर्व

97] टेपरच्या मोठ्या प्रमाणात उत्पादनासाठी खालीलपैकी कोणती पद्धत वापरली जाते........

अ] टेलस्टॉक ऑफसेट पद्धत

ब] टेपर टर्निंग संलग्नक पद्धत

क] फॉर्मखूपपद्धत

ड] कंपाऊंड स्लाइड पद्धत

98] टेपरचा प्रमुख व्यास 40 मिमी, किरकोळ व्यास 30 मिमी आहे. कामाची एकूण लांबी 100 मि.मी. निकृष्ट आहे त्यानंतर ऑफसेट द्वारे दिली जाते

अ] 5 मि.मी

ब] 7.5 मिमी

क] 12 मिमी

ड] 9 मि.मी

99] 50 मेट्रिक खडबडीत धागा M12 x 125 म्हणून नियुक्त केला आहे '12' काय दर्शवते?

अ] प्रमुखव्यास

ब] रूट व्यास

क] खेळपट्टीचा व्यास

ड] रिक्त व्यास

100] 3 लॅट ' मिमी पिच 120 वर 3 मिमी पिच कापण्यासाठी आवश्यक बदल गीअर्स शोधा

अ] ड्रायव्हर / चालवलेला =.455/120

ब] ड्रायव्हर/चालित = 60/120

क] ड्रायव्हर / चालवलेला = 80/120

D] ड्रायव्हर/ चालवलेले 2 40/80 पैकी 5 मिमी

101] लेथ havmg लीड स्क्रू पिचवर 1 5 मिमी पिच कापण्यासाठी आवश्यक गियर्सची गणना करा

A] ड्रायव्हर / चालवलेला -_20/100

ब] ड्रायव्हर/चालित = 30/100

C] ड्रायव्हर / चालविले = 40/120

D] ड्रायव्हर/चालित = 60/120

104] लगतच्या धाग्याच्या दोन बाजूंना जोडणाऱ्या वरच्या पृष्ठभागाला म्हणतात

अ] क्रेस्ट

ब] मूळ

क] पार्श्वभाग

ड] धागा कोन आहे

105] ISO मेट्रिक थ्रेडचा समाविष्ट केलेला कोन -------- आहे.

अ] 27 1 /2°

ब] ३०°

C] 55°

ड] ६०°

106] खालीलपैकी कोणत्या स्क्रू थ्रेड फॉर्ममध्ये थ्रेड्सच्या फ्लॅंक्समध्ये 55° कोन समाविष्ट आहे?

अ] बीएधागा

ब] एक्मे धागा

क] बट्रेस धागे

ड] पोर धागा

107] खालीलपैकी कोणता फक्त धागा पूर्ण करण्यासाठी आणि योग्य फॉर्म ठेवण्यासाठी वापरला जातो?

एकनळ

ब] थ्रेडिंग साधन

क] थ्रेडिंग चेझर

डी] टिप केलेले साधन

108] कोन 0f lS धागा (V आकाराचा] ---------- आहे.

अ] २९°

ब] ४७ १/४°

C] 50°

ड] 60

109] खालीलपैकी कोणत्या पद्धतीमध्ये फक्त बाह्य धागे तयार केले जातात -------

अ] फॉर्म टूल mEthOd

ब] कंपाऊंड विश्रांती पद्धत

क] टेलस्टॉकऑफसेटपद्धत

ड] टेपर टर्निंग संलग्नक पद्धत.

110] शिखा आणि धाग्याच्या मुळाशी जोडणारा पृष्ठभाग ---- म्हणून ओळखला जातो.

अ] पार्श्वभाग

ब] शंक

क] खेळपट्टीचा पृष्ठभाग

ड] या सर्व

111] दोन स्टार्ट थ्रेडची पिच 4 मिमी आहे. मग थ्रेडची लीड ----- यांनी दिली आहे.

अ] 4 मि.मी

ब] 2 मि.मी

क] 8 मि.मी

ड] 6 मि.मी

112] सिंगल पॉइंट कटिंग टूल वापरून लीड स्क्रू पिच असलेल्या लेथवर 2.5 मिमीचा स्क्रू थ्रेड कापण्यासाठी आवश्यक गियर प्रमाण ---- आहे.

अ] १:२

ब] २:१

C] 1:1 मिमी

27] दळणे

113] दळणे म्हणजे ----------

अ] सिंगल पॉइंट कटिंग टूल

<u>ब] मल्टीपॉइंटकटिंगटूल</u>

क] फॉर्म टूल

ड] मल्टी पॉइंट हँड टूल

114] पृष्ठभाग पीसून तयार होणारा पृष्ठभाग -------- आहे.

अ] भरण्यापेक्षा किफायतशीर

ब] कमी किफायतशीर आणि अधिक अचूक

क] भरण्यापेक्षा कमी किफायतशीर

<u>ड] अधिककिफायतशीरआणिअधिकअचूक</u>

115] दळणे हे मुळात --------- आहे.

अ] वळण्याची प्रक्रिया

ब] नियोजन प्रक्रिया

क] आकार देण्याची प्रक्रिया

<u>ड] मशीनिंगप्रक्रिया</u>

116] लेखक ---------- बनलेले आहेत

अ] सौम्य पोलाद

ब] पितळ

क] कास्ट लोह

<u>ड] उच्चकार्बनस्टील</u>

117] लेखकाचा बिंदू कोन ----------- आहे.

अ] ३०°

B] 60°

C] 5° ते 10°

<u>D] 12° ते 15°</u>

118] चिन्हांकित करताना, ----- द्वारे प्रदान केलेला संदर्भ पृष्ठभाग आयडी

अ] नोकरीचे स्केच

ब] कामाचा तुकडा

<u>C] टेबलपृष्ठभागांवरचिन्हांकितकरणे</u>

ड] पृष्ठभाग गेज

Surface
Gauge.png

119] सार्वत्रिक पृष्ठभाग गेजचा कोणता भाग आहे
अ] बारीक समायोजन स्क्रू
<u>ब] मार्गदर्शकपिन</u>
क] पाया
D] R k oc er हात
120] ड्रेसर्सद्वारे ग्राइंडिंग व्हीलला आकार देण्याचे ऑपरेशन?
अ] ड्रेसिंग
<u>ब] सत्य</u>
क] अडकणे
ड] ग्लेझिंग
121] खालीलपैकी कोणते चाकांचे मूलभूत प्रकार नाहीत.
अ] पोलाद
ब] अपघर्षक
क] हिरा
<u>ड] बोरॉन</u>
122] ग्राइंडिंग व्हीलचे ड्रेसिंग आणि ट्रूइंग -------- आहेत.
अ] नेमके तेच ऑपरेशन
<u>ब] समानसमीकरणासहक्लोनकरा</u>
क] फक्त खडबडीत चाकासाठी केले जाते
ड] फक्त फॉर्म पीसण्यासाठी
123] मायक्रोमेट्रिकच्या बाहेर मेट्रिकची अचूकता किंवा किमान गणना --------- आहे
अ] 0-1 मिमी
<u>ब] 0.01 मिमी</u>
C] 0.001 मिमी

ड] 0.02 मिमी

124] 1000 मायक्रॉन म्हणजे -----

अ] 1 मि.मी

<u>ब] १मी</u>

क] 1000 मिमी

ड] 10 सें.मी

Out Side
Micrometer.png

125] मेट्रिक मायक्रोमीटरमध्ये, थिमल ऍडव्हान्सची संपूर्ण क्रांती -----------

अ] 0.01 मिमी

ब] 0.25 मिमी

<u>C] 0.50 मिमी</u>

ड] 1.00 मि.मी

126] मायक्रोमीटरमधील रॅचेट स्टॉप ------------ मदत करते.

<u>अ] दाबनियंत्रितकरा</u>

ब] स्पिंडल लॉक करा

C] शून्य त्रुटी समायोजित करा

ड] कामाचा तुकडा धरा

127] 1000 मायक्रॉन म्हणजे ------------

<u>अ] 1 मि.मी</u>

ब] १ मी

क] 1000 मिमी

ड] 10 सें.मी

128] मायक्रोमीटरच्या बाहेरील 50-75 मिमीचे शून्य वाचन किती आहे?

अ] 0.000 मिमी

ब] 0.01 मिमी

क] 25.00 मिमी

<u>ड] 50.00 मिमी</u>

129] मायक्रोमीटरच्या बाहेरील मेट्रिकच्या स्लीव्हवरील सर्वात लहान भागाचे मूल्य ----- आहे.

<u>अ] 0.50 मिमी</u>

ब] 1.00 मिमी

क] 1.50 मिमी

ड] 2.00 मिमी

130] मायक्रोमीटरमधील रॅचेट स्टॉप --------- मदत करते.

<u>अ] दाबनियंत्रितकरा</u>

ब] स्पिंडल लॉक करा

C] शून्य त्रुटी समायोजित करा

ड] कामाचा तुकडा धरा

131] व्हर्नियर कॅलिपरची सर्वात कमी संख्या आहे (मुख्य स्केल = 49 विभाग, व्हर्नियर स्केल = 50 विभाग)

A] 0.1 मिमी

ब] 0.01 मिमी

C] 0.001 मिमी

<u>ड] 0.02 मिमी</u>

Vernier
Caliper.png

132] व्हर्नियर कॅलिपर वापरून केलेल्या मोजमापाचा प्रकार ------- आहे.

अ] थेट मोजमाप

<u>ब] अप्रत्यक्षमापन</u>

क] ९०“] (अ] ८१ (ब]

ड] यापैकी नाही

133] अंजीर मध्ये दर्शविलेल्या साधनांची नावे सांगा.

अ] प्लंजर प्रकार डायल चाचणी निर्देशक

ब] लीव्हरप्रकारडायलटेस्टइंडिकेटर

C] स्वयंचलित प्रकार डायल चाचणी निर्देशक

D] अर्ध स्वयंचलित प्रकार डायल चाचणी निर्देशक

Dial Guage.png

134] डायल इंडिकेटरच्या शेवटच्या तळाला नाव द्या.

अ] कांड

ब] निरण

क] प्लंगर

ड] सूचक

135] व्ही -ब्लॉक आणि डायल इंडिकेटर पद्धत मोजण्यासाठी वापरली जाते

अ] कामाच्या तुकड्याच्या जमिनीची लांबी

ब] वर्कपीसच्यापृष्ठभागाचीगोलाकारता

क] पृष्ठभागाची सपाटता

ड] धाग्याची पिच

136] रफ ग्राइंडिंगसाठी खालीलपैकी कोणते फीड आणि वर्क स्पीड कॉम्बिनेशन वापरले जाते?

अ] जडफीडआणिमंदगती,

ब] जड खाद्य आणि उच्च गती

क] कमी फीड आणि मंद गती

ड] कमी फीड आणि उच्च गती

137] प्रतिबंधात्मक देखभाल .... आहे.

अ] देखभालीमध्ये संवेदनशील उपकरणे वापरणे समाविष्ट असते

ब] देखभाल साधारणपणे ऑपरेटर स्वतः करतो

क] मशीन खराब झाल्यावरच काम चालते

<u>ड] अनपेक्षितब्रेकडाउनकमीकरण्यासाठीयोजना</u>

138] ब्रेक डाउन मेंटेनन्स म्हणजे काय?

अ] अनपेक्षित ब्रेकडाउन कमी करण्यासाठी देखभाल

ब] देखभाल साधारणपणे ऑपरेटर स्वतः करतो

क] देखभालीमध्ये जीर्ण झालेले भाग बदलणे समाविष्ट आहे

<u>ड] दुरूस्तीचेकामफक्तमशीनमध्येबिघाडझाल्यावरचचालते</u>

139] उत्पादनाला गुणवत्ता असते असे म्हणतात जेव्हा ----

अ] त्याचा आकार आणि परिमाणे मर्यादेत नाहीत

<u>ब] तेवापरण्यासयोग्यआहे</u>

क] ते खूप चांगले असल्याचे दिसून येते

ड] साहित्याची निवड योग्य आहे

140] सूत्र अंजीर मध्ये दर्शविलेल्या ग्राइंडिंग व्हीलचे नाव द्या.

अ] एका बाजूने रास केलेला प्रकार 5

<u>ब] सरळकपप्रकार 6 .</u>

सी] फ्लेअरिंग कप प्रकार 7 .

ड] सिलेंडर प्रकार २

141] मिलिंग कटरला तीक्ष्ण करण्यासाठी टूल आणि कटर ग्राइंडरवर कोणत्या प्रकारचे ग्राइंडिंग व्हील वापरले जाते?

अ] सरळ कप चाक

<u>ब] भडकणारेकपचाक</u>

क] डिश चाक

ड] बशी चाक

143] लेय ग्राइंडिंग ऑपरेशनच्या पद्धतीवर अवलंबून असते अंजीरमध्ये दर्शविलेले लेअर कोणत्या प्रकारचे ग्राइंडिंग व्हील तयार करेल.

अ] परस्पर कार्यासह सरळ चाक

ब] परस्पर कार्यासह कप चाक

<u>क] उभ्यास्पिंडलवरीलसेगमेंटलव्हील</u>

ड] कप किंवा सेगमेंटल व्हील फिरवत कामासह

144] दोन्ही बाजूंनी रेसेस केलेले ग्राइंडिंग व्हील ------------ वापरले जाते.

अ] चेंज ब्रेकिंग

ब] सपाट पृष्ठभाग दळणे

सी] फ्लँजसाठी मंजुरी प्रदान करा

D] दोन्हीफ्लँजसाठीमंजुरीप्रदानकरा

145] मानक खुणा सोडून ग्राइंडिंग व्हील निर्दिष्ट करताना, खालीलपैकी कोणते नमूद केले आहे -----

A] चाकाचा व्यास 0f

ब] चाकाची जाडी

क] चाकाचा आकार

ड] हेसर्व

146] चकचकीत किंवा लोड केलेले चाक गाण्याचा परिणाम म्हणजे ----------

अ] कमी उष्णता निर्मिती

ब] चांगली पृष्ठभाग समाप्त

क] कमी कटिंग प्रेशर

डी] चाकाचाचेहराआणिकामाच्यापृष्ठभागाच्यादरम्यानजास्तकटिंगप्रेशर

147] ग्राइंडिंग ऑपरेशनमध्ये, जमिनीवरील धातूचे कण अपघर्षक कणांमध्ये अडकतात याला म्हणतात.

अ] ड्रेसिंग

ब] सत्य

क] ग्लेझिंग

ड] लोडिंग

148] पीसताना मऊ पदार्थाचे कण अडकतात. हे ~- म्हणून ओळखले जाते

अ] लोडिंग

ब] ग्लेझिंग

क] सत्य

ड] मलमपट्टी

149] पीसताना मऊ पदार्थाचे कण दळण्याच्या चाकात अडकतात. याला म्हणतात -

अ] लोडिंग

ब] ग्लेझिंग

क] सत्य

ड] मलमपट्टी

150] ग्राइंडिंग ऑपरेशन दरम्यान, ग्राइंडिंग व्हीलचा पृष्ठभाग एक गुळगुळीत आणि चमकदार देखावा विकसित करतो. या देखाव्याला म्हणतात

अ] ड्रेसिंग

ब] सत्य

क] ग्लेझिंग

D] लोड होत आहे

151] ग्राइंडिंग ऑपरेशन दरम्यान, ग्राइंडिंग व्हीलच्या पृष्ठभागावर एक गुळगुळीत आणि चमकदार पृष्ठभाग विकसित होतो त्याला ------ म्हणतात.

अ] वस्तुमान"

ब] विंग

क] ग्लेझिंग

ड] लोडिंग

152] ग्राइंडिंग व्हीलचा चेहरा काही वेळा वापरल्यानंतर चमकदार आणि गुळगुळीत किंवा चकचकीत होतो.

अ] धान्य आकार खूप खडबडीत आहे

ब] चाकाचादर्जाखूपकठीणआहे

क] चाकाचा अपघर्षक हेतूसाठी योग्य नाही

ड] चाकाची रचना खूप उघडी आहे

153] खालीलपैकी कोणते ग्लेनचे वैशिष्ट्य नाही.g चमकदार

अ] ब्लंट फेस व्हील

ब] चाक बनणे

क] अपघर्षकतीक्ष्णहोणे

ड] चाक बनणे

154] संतुलित ग्राइंडिंग व्हीलसह पीसल्याने ते p05 बनते

अ] पृष्ठभागाच्यासमाप्तीसहमितीयअचूकता

ब] आवश्यक साध्य करण्यासाठी लॅप्सेबलचा नमुना ----

C] केवळ स्थिती सहिष्णुता पृष्ठभाग समाप्त

ड] स्थिती सहिष्णुता

155] एल्युमिनियम ऑक्साईड ऍब्रेसिव्ह पीसण्यासाठी वापरतात.

अ] उच्चतन्यशक्तीसामग्री

ब] कमी तन्य शक्ती, कठोर आणि ठिसूळ साहित्य

क] कडक पोलाद

ड] कोल्ड रोल्ड स्टील

156] सिलिकॉन कार्बाइड चाके पीसण्यासाठी वापरली जातात

अ] उच्च तन्य शक्ती सामग्री

ब] कमीतन्यशक्ती, कठोरआणिठिसूळपदार्थ

क] कडक पोलाद

ड] कोल्ड रोल्ड स्टील

157] तुम्हाला काच पीसण्यासाठी योग्य ॲब्रेसिव्ह असलेले ग्राइंडिंग व्हील निवडावे लागेल, तुम्ही कोणता ॲब्रेसिव्ह प्रकार निवडाल? --------

<u>अ] हिरा</u>

ब] एमरी

क] क्वाट्‌र्ज

ड] सिलिकॉन कार्बाइड

158] खालीलपैकी कोणते कृत्रिम अपघर्षक आहे?

<u>अ] सिलिकॉनकार्बाइड</u>

ब] एमरी

क] हिरा

ड] कोरंडम

159] कार्बाइड टीप केलेले उपकरण पीसण्यासाठी कोणत्या प्रकारचे अपघर्षक वापरले जाते?

अ] ॲल्युमिनियम ऑक्साईड

ब] सिलिकॉन कार्बाइड

क] घन बोरॉन नायट्रेट

<u>ड] हिरा</u>

160] 'C' चिन्हांकित ग्राइंडिंग व्हील अपघर्षक ------ सह बनवले जाते.

अ] ॲल्युमिनियम ऑक्साईड

<u>B] सिलिकॉनकार्बाइड</u>

क] हिरा

ड] कोरंडम

161] कार्बाइड पीसण्यासाठी कोणत्या प्रकारचे अपघर्षक वापरले जाते?

अ] कोरंडम

ब] टंगस्टन कार्बाइड

<u>C] सिलिकॉनकार्बाइड</u>

ड] ॲल्युमिनियम ऑक्साईड

162] खालीलपैकी कोणते नैसर्गिक अपघर्षक नाही?

<u>अ] सिलिकॉनकार्बाइड</u>

ब] हिरा

क] एमरी

ड] कोरंडम

163] भारतीय मानकानुसार, धान्याचा आकार '46' गटात येतो --------«

अ] कोर्स

<u>ब] मध्यम</u>

क] ठीक आहे

ड] खूप छान

165] ग्राइंडिंग व्हील 50 A5066V7 म्हणून चिन्हांकित आहे. यामध्ये 50 दर्शविते ----

अ] अपघर्षक काजळीचा प्रकार

क] ग्रेड

<u>ब] धान्याचाआकार</u>

ड] रचना

166] ग्राइंडिंग व्हील निवडण्यासाठी खालीलपैकी कोणता घटक विचारात घेतला जात नाही?

अ] ग्राउंड असण्याची सामग्री आणि तिचा कडकपणा

ब] स्टॉक काढणे आणि पृष्ठभाग समाप्त करणे

क] दळण्याची प्रक्रिया ओली असो वा कोरडी

<u>ड] क्रांतीपूर्वीफीडकरा</u>

167] ग्राइंडिंग व्हील 32 A 46 HBV म्हणून निर्दिष्ट केले आहे 46 संख्या काय दर्शवते?

अ] श्रेणी

<u>ब] धान्य</u>

क] बंध

ड] रचना

168] ग्राइंडिंग व्हीलच्या मानक चिन्हांकन प्रणालीमध्ये, बॉन्ड ----- मध्ये दर्शविला जातो.

अ] स्थिती २

ब] स्थिती 3

क] स्थिती 4

<u>ड] स्थितीएस</u>

169] ग्राइंडिंग व्हीलशी संबंधित संज्ञा AA किंवा C आहेत, ज्याचा संदर्भ --------

अ] श्रेणी

ब] बंध

<u>क] अपघर्षक</u>

ड] रचना

44] बाँड

170] ग्राइंडिंग व्हील IS मध्ये सर्वात मोठ्या प्रमाणावर वापरले जाणारे बाँड

अ] सत्यापित बाँड

ब] सिलिकेट बाँड

क] शेलॅक बाँड

ड] रबरबंध

171] कट ऑफ व्हीलमध्ये कोणत्या प्रकारचे बंध वापरले जातात?

अ] सत्यापित बंध

ब] सिलिकेट बंध

क] शेलॅक बाँड

ड] रबरबाँड

172] खालीलपैकी कोणता बंध चाकांना पीसण्यासाठी सर्वात जास्त वापरला जातो?

अ] विट्रिफाइड

ब] रबर

क] शेलॅक

ड] सिलिकेट

173] रेझिनोइड बाँडसाठी पारंपरिकरित्या वापरले जाणारे चिन्ह --------- आहे.

अ] व्ही.

ब] आर

क] बी

ड] इ

174] रेझिनोइड बाँडसाठी परंपरागतपणे वापरले जाणारे चिन्ह ---- आहे.

अ] वि

ब] आर

क] बी

ड] इ

175] खालीलपैकी कोणते विट्रिफाइड बॉन्डचे वैशिष्ट्य नाही

अ] उच्च सच्छिद्रता आणि ताकद पुन्हा

ब] खोलीच्या तपमानावर तेल, आम्ल आणि पाण्याच्या विरूद्ध प्रतिक्रिया प्रतिकार करण्याची क्षमता

क] जलदकापण्याचीक्रिया

ड] स्टॉक काढण्याचा उच्च दर

176] 90 सेमी पेक्षा जास्त आकाराच्या चाकांच्या ग्राइंडिंगसाठी, खालीलपैकी कोणती मोल्डिंग प्रक्रिया किंवा बाँड प्राधान्य दिले जाते?

अ] विट्रिफाइड

ब] सिलिकेटप्रक्रिया

क] शेलॅक प्रक्रिया

ड] रबर प्रक्रिया

177] आदर्श दळणे नष्ट होईल ---------

अ] अपघर्षककणनिस्तेजहोतातम्हणून

ब] पूर्वनिश्चित दराने

क] हळूहळू पैसे वाचवण्यासाठी

ड] चांगले फिनिश देण्यासाठी जलद

178] ग्राइंडिंग व्हीलमध्ये, बंधाच्या ताकदीला म्हणतात जे धान्य स्थितीत ठेवतात.

अ] श्रेणी

ब] धान्य

क] बंध

ड] रचना

179] खालीलपैकी कोणते चाकांच्या मध्यम दर्जाचे प्रतिनिधित्व करेल?

अ] TtoZ

ब] AtoG

C] LtoO

D]PtoS

180] ग्राइंडिंग व्हीलमध्ये अपघर्षक दाण्यांमधील बंधाचे प्रमाण म्हणतात.

अ] श्रेणी

ब] धान्य

क] बंध

ड] रचना

181] खालीलपैकी कोणते चाक मोकळेपणाने चालेल?

अ] बंद रचना

ब] संरचितउघडा

क] क्रॉस रचना

ड] हे सर्व

182] पीसताना, पृष्ठभागाचा वेग (कटिंग वेग) मध्ये व्यक्त केला जातो

अ] मिमी/मिनिट

B] मिमी/सेकंद

C] मी/मिनिट

D] मी/सेकंद

188] डेप्थ मायक्रोमीटरची किमान गणना आहे

अ] 0.5 मिमी

ब] 0.2 मिमी

C] 0.001 मिमी

<u>ड] 0.01 मिमी</u>

189] कोणते अचूक ग्राइंडिंग मशीन नाही?

अ] पृष्ठभाग पीसण्याचे यंत्र

ब] दंडगोलाकार ग्राइंडिंग मशीन

<u>क] ऑफहँडग्राइंडिंगमशीन</u>

ड] टूल आणि कटर ग्राइंडिंग मशीन

190] खालीलपैकी कोणते सर्वात जास्त वापरले जाणारे प्रिसिजन ग्राइंडिंग मशीन आहे?

अ] पृष्ठभाग ग्राइंडर

ब] टूल कटर ग्राइंडर

क] दंडगोलाकार ग्राइंडर

<u>D] हेसर्व</u>

191] पृष्ठभाग ग्राइंडिंग मशीन टेबल ---------- वर स्लाइड करते

A] 'T' __ 5.0.:

<u>ब] 'v' स्लॉट</u>

क] 'यू' स्लॉट

डी] रेडियल स्लॉट

192] पृष्ठभाग ग्राइंडरचा उद्देश आहे

अ] वक्र पृष्ठभाग तयार करा

<u>ब] सपाटपृष्ठभागतयारकरा</u>

C] बेलनाकार पृष्ठभाग तयार करा

ड] असमान पृष्ठभाग तयार करा

195] तयार केलेले दंडगोलाकार दळणे ..... असू शकते.

<u>अ] साधा, सिलेंडरआणिस्टेप्ड</u>

ब] प्लॅन, टॅपर्ड आणि सिलेंडर

C] सिलेंडर, टॅपर्ड आणि स्टेप केलेले

196] गियर दात, धागे आणि स्प्लिंड शाफ्ट पीसण्यासाठी खालीलपैकी एक ग्राइंडिंग ऑपरेशनला प्राधान्य दिले जाते -------

अ] पृष्ठभाग दळणे

<u>ब] फॉर्मपीसणे</u>

क] बाह्य दंडगोलाकार ग्राइंडर

ड] अंतर्गत ग्राइंडर

197] लॅपिंग कंपाउंड मटेरियल ---------- आहे.

अ] वाळूचा दगड

<u>ब] हिरा</u>

क] क्वाट्र्ज

ड] कोरंडम

198] पृष्ठभाग ग्राइंडिंग मशीनद्वारे अधूनमधून सदोष कार्य पृष्ठभाग तयार केला जातो, कामाच्या तुकड्यावर बडबड चिन्हांची कारणे काय असू शकतात?

अ] चुकीचीड्रेसिंग

ब] कूलंट फिल्टर पंक्चर

क] खूप दळणे उष्णता

ड] पुरेशी ड्रेसिंग

199] दळण्याने कामाचा तुकडा रंग बदलणे किंवा जाळणे --------- मुळे होते.

अ] चाकाच्या स्पिंडलवरील कंपन

ब] चाकाची अयोग्य ड्रेसिंग

C] अपुरा शीतलक

ड] कामाचीपृष्ठभागआणिचाकांचाचेहरायांच्यातखूपघर्षण

200] चमकलेल्या चाकाचा परिणाम होतो

अ] खराब पृष्ठभाग समाप्त

क] जमिनीचा पृष्ठभाग जळणे

ब] जास्त उष्णता निर्माण होते

ड] हेसर्व

201] मूळ परिमाणाच्या एका बाजूला सहिष्णुता दिली जाते तेव्हा त्याला -------- म्हणतात.

अ].सहिष्णुता प्रणाली

ब] एकतर्फीसहिष्णुता

क] द्विपक्षीय सहिष्णुता

ड] भत्ता प्रणाली

२०२] एक परिमाण असे सांगितले आहे (चित्रात ०२५ H7. खालची मर्यादा ----------- आहे.

A] 24.75 मिमी

ब] 24.85 मिमी

क] 25.00 मिमी

ड] 25-021 मिमी

203] घटकाच्या परिमाणांचे मोजलेले आकार--------- म्हणतात.

अ] मूळ आकार

ब] नाममात्र आकार

क] अनुमत आकार

ड] वास्तविकआकार

204] रेखांकनामध्ये शाफ्टची परिमाणे 40i 0068/0042 दर्शविली आहे, सहिष्णुतेमध्ये शाफ्टचा आकार किती आहे?

अ] 4.0.64 मिमी

ब] 40.042 मिमी

C] 40.000 मिमी

ड] 39.998 मिमी

205] इन होल बेसिक सिस्टम ----------

अ] शाफ्टचा आकार स्थिर केला जातो

ब] छिद्राचाआकारस्थिरकेलाजातो

क] छिद्रावर फक्त 'भत्ता दिला जातो

ड] परवानगीयोग्य सहिष्णुता छिद्र आणि शाफ्टवर दिली जाते

206] घटकाचा आकार 24 -0.1 असा दिला जातो. -O.1 काय सूचित करते? _

अ] वरचे विचलन + ०.१ मिमी आहे.

ब] निम्न विचलन 0.0 मिमी आहे

C] मूलभूत विचलन 0.0 मिमी आहे

D] खालचेविचलन _0.1 मिमीआहे

207] छिद्राची सहनशीलता ------- मधील फरक आहे

अ] कमाल भोक आकार आणि जास्तीत जास्त शाफ्ट आकार

ब] जास्तीतजास्तभोकआकारआणिजास्तीतजास्तभोकआकार

C] किमान छिद्र आकार आणि जास्तीत जास्त शाफ्ट आकार

ड] किमान छिद्राचा आकार आणि किमान शाफ्टचा आकार

208] ज्या छिद्राचे खालचे विचलन शून्य असते त्याला मूलभूत छिद्र म्हणतात. खालीलपैकी कोणते अक्षर मूळ छिद्र दर्शवते? .

अ] इ

ब] एफ

क] ग'

डीएच

209] वरचे विचलन शून्य असलेले कोणते?

अ] Bassc शाफ्ट

ब] मूळ छिद्र

क] सहिष्णुता

ड] मंजुरी

210] शाफ्टवर बॉल बेअरिंग फिट प्रकार आहे? ,

अ] क्लिअरन्स फिट

<u>ब] ड्रायव्हिंगफिट</u>

क] संकोचन फिट

ड] वरीलपैकी काहीही नाही

211] मोठ्या प्रमाणात उत्पादनात अदलाबदल क्षमता साध्य करण्यासाठी खालीलपैकी कोणता घटक आवश्यक आहे? .

अ] भूमितीय अचूकता.

ब] मानकीकरण

<u>क] मितीयअचूकता</u>

ड] पृष्ठभाग समाप्त

212] मर्यादा आणि फिटच्या BIS प्रणालीमध्ये, सहिष्णुतेची श्रेणी संख्या चिन्हांद्वारे दर्शविली जाते आणि तेथे ---------i आहेत

A] सहिष्णुतेचे 14 ग्रेड B] सहनशीलतेचे 16 ग्रेड

<u>C] सहिष्णुतेचे 18 ग्रेड'</u>

ड] सहिष्णुतेचे 20 ग्रेड

213] उत्पादनाला गुणवत्ता असते असे म्हणतात जेव्हा ....

अ] त्याचा आकार आणि परिमाणे मर्यादेत आहेत

<u>ब] तेवापरण्यासयोग्यआहे</u>

क] ते खूप चांगले असल्याचे दिसून येते

ड] साहित्याची निवड योग्य आहे

limit fit
tolerance.png

214] होल'30 +0.021, 0.000 आणि शाफ्ट 30 -0.110, 0.143 दरम्यान जास्तीत जास्त क्लिअरन्स आवश्यक आहे.

अ] 0.110 मिमी'

B] ०.१३१ मिमी

<u>C] 0.164 मिमी</u>

ड] 0.143 मिमी

215] रेखांकनामध्ये 25.1002 मिमी असे परिमाण सांगितले आहे. सहिष्णुता म्हणजे काय?

अ] +०.०२ मिमी'

<u>ब] +0.04 मिमी</u>

C] -0.02 मिमी

ड] 25.00 मिमी

216] एका छिद्रात पिन बसवली जाते. पिनचा सहिष्णुता क्षेत्र पूर्णपणे छिद्राच्या वर आहे. प्राप्त फिट असेल?

अ] क्लिअरन्स फिट

ब] संक्रमण फिट

<u>क] हस्तक्षेपफिट</u>

ड] धावणे फिट

217] अदलाबदल क्षमता सामान्यतः लागू केली जाते? _

अ] भागांची दुरुस्ती

<u>ब] मोठ्याप्रमाणावरउत्पादन</u>

क] सिंगल पीस उत्पादन

ड] हे सर्व

218] भाग आकारास सहिष्णुता दिली जाते ....

<u>अ] आवश्यकअनुज्ञेयआकाराच्यात्रुटीमध्येभागाचेउत्पादनकरा</u>

ब] उत्पादन वाढवा

क] उत्पादन कमी करा

ड] घटक अंदाजे पूर्ण करा

219] खालीलपैकी कोणते क्लीयरन्स संपूर्ण मूलभूत प्रणाली अंतर्गत योग्य आहे?

A] 20 H7/p6'

ब] 2067/211

C] ZOG/gll.

<u>D] 20H/g11.</u>

220] BIS प्रणालीनुसार फिटचे तीन वर्ग आहेत .... ~ .

<u>अ] क्लिअरन्सफिट, इंटरफेरन्सफिटआणिट्रांझिशनफिट</u>

ब] मध्यम फिट, पुश फिट आणि घट्ट फिट

क] फ्लॅट फिट, राउंड फिट आणि स्क्वेअर फिट

ड] 'स्लाइडिंग फिट', लूज फिट आणि संकोचन फिट

221] खालीलपैकी कोणत्या सहिष्णुतेच्या वैशिष्ट्यांमध्ये 20 मिमी पेक्षा जास्त आकारमानहीन आहे?

अ] २० +०.२,-०.३

ब] २० ३२०.२

<u>क] 20 -0.2, 0.3 ई</u>

D]m 20 +500, ~03

222] कमाल आणि किमान मर्यादेतील फरक -~-~~~~-~~~~~‘

अ] एकच माहिती देणारा

ब] मूळ शाफ्ट

क] मंजुरी

<u>ड] सहिष्णुता</u>

223] एक शाफ्ट 55 झुडूप मध्ये मुक्तपणे चालणारा प्रकार --------- आहे.

अ] क्लिअरन्स फिट

ब] ड्रायव्हिंग प्लेट

<u>क] संकोचनफिट</u>

ड] वरीलपैकी काहीही नाही

224] Drm jig bushing-सामान्यत: ------------ कठोर होतात.

अ] सौम्य पोलाद

ब] कास्ट लोह

क] कास्ट स्टील

<u>ड] तोईस्टील</u>

Jig Fixture.png

225] जिग्स हे उपकरण आहे जे --------------

अ] कामाचा भाग शोधा

ब] कामाचा तुकडा पकडणे आणि आधार देणे

C] कटिंग टूलचे मार्गदर्शन करा

<u>ड] वरीलसर्वकरतो</u>

226] खालीलपैकी कोणत्या जिग्सचा वापर बोअरमधून फोलोकेशनसाठी केला जातो?

अ] प्लेट जिग

ब] घन जिग

<u>क] पोस्टजिग</u>

ड] पेटी जिग

Jig Fixture.png

227] फिक्स्चर हे उत्पादन उपकरण आहे जे --------

<u>अ] वर्कपीसधरतोआणिशोधतो</u>

ब] तुकडा धरतो

क] कामाच्या तुकड्याशी गप्पा मारणे,

ड] धरतो ना. कामाचा भाग शोधतो

228] खालीलपैकी कोणते साधन साधनाचे मार्गदर्शन करण्यासाठी आणि मोठ्या प्रमाणावर उत्पादनात काम करण्यासाठी वापरले जाते? '

अ] गेज.

ब] गृहनिर्माण

<u>क] स्थिरता</u>

ड] जिग

229] ड्रिल जिगमध्ये प्रोई/आयडिंग बुशिंगचा उद्देश खालीलपैकी कोणता आहे?

अ] अचूकपणेशोधण्यासाठीआणिअचूकड्रिलिंगऑपरेशनसाठीड्रिलचेमार्गदर्शनकरण्यासाठी

ब] ड्रिल करायच्या छिद्राचा आकार निश्चित करण्यासाठी

क] सुलभ ड्रिलिंगसाठी

ड] ड्रिल केलेल्या छिद्रांमध्ये चांगला तयार पृष्ठभाग मिळविण्यासाठी

230] ड्रिल जिग कशासाठी वापरतात? _,

अ] फक्त ड्रिल ऑपरेशन्स.

ब] ड्रिलिंगसाठीकामक्लॅम्पिंग

क] ड्रिलिंग, रीमिंग, टॅपिंग आणि इतर ऑपरेशन्स

ड] केवळ साधनांचे मार्गदर्शन करणे

231] खालीलपैकी कोणत्या जिगमध्ये ड्रिल प्लेट असते, जी ड्रिल करण्याच्या घटकावर असते? . . . .

अ] घन जिग.

ब] प्लेटजिग.

क] बॉक्स जिग

ड] ड्रुनिअन जिग

232] जिग हे उपकरण आहे जे -----------

अ] कामाचा भाग शोधतो.

ब] वर्क पीस आणि गाईड टूलला धरून सपोर्ट करते

क] कटिंग टूलचे मार्गदर्शन करते

डी] कटिंगटूलधरा.

233] ड्रिल जिग .... साठी वापरतात.

अ] ड्रिलिंग, रीमिंग, टॅपिंगआणिइतरसंबंधितऑपरेशन्स

ब] फक्त ड्रिलिंग ऑपरेशन्स

क] ड्रिलिंग करताना जॉब क्लॅम्पिंग

ड] केवळ साधनाचे मार्गदर्शन करणे

२३४] फिक्स्चर हे उत्पादन उपकरण आहे जे---------: -----

अ] वर्क पीस धरतो '

ब] कामाचा भाग शोधा

C] कामाचातुकडाधरतोआणिशोधतो

D] कामाचा तुकडा धरत नाही किंवा शोधत नाही

235] खालीलपैकी कोणते विधान बरोबर आहे?'

अ] आकारतपासण्यासाठीगेजवापरलेजातात

ब] आकार चक करण्यासाठी टेम्पलेट वापरतात

क] आकार मोजण्यासाठी गेज वापरतात

D] घटकाचा आकार तपासण्यासाठी गेज वापरतात

236] विभागात कोणत्या मानक तापमानावर गेज ठेवले जातात?

अ] 100 क

ब] 20° से

क] 100 फॅ

ड] 20° फॅ

Slip Gauge.png

237] कार्यशाळेत सामान्यतः स्लिप गेजचा कोणता ग्रेड वापरला जातो?

A] ग्रेड 0

ब] ग्रेड एल

क] ग्रेड एच

ड] ग्रेड 0

238] भारतीय मानकांनुसार एक विशेष सेट गेज वापरला जातो

अ] 81 तुकडे

ब] 112 तुकडे

क] 120 तुकडे

ड] 130 तुकडे

239] संदर्भ गेजची अचूकता आहे

अ] ०.०५ मिमी

B] 0.01 मिमी

C] ०.००१.

ड] 0.0001 मिमी

240] स्लिप गेज वर मुंग्या बुरचे केस, ते काढून टाकले पाहिजे

अ] भरणे

ब] लॅपिंग

क] खरवडणे

ड] दळणे

241] स्लिप गेजची कठोरता किती असावी?

A] 63 HRC पेक्षाजास्त

ब] 58 HRC

C] 55 HRC

ड] 50 HRC

२४२]--------------- ०.०१ मिमीच्या अचूकतेमध्ये घटक तपासण्यासाठी स्लिप गेजचा वापर केला जातो.

अ] कार्यशाळेचेगेज

ब] तपासणी मापक

क] संदर्भ गेज

ड] रिंग गेज

243], ------------ अचूक साधनाची अचूकता तपासण्यासाठी वापरले जाते.

अ] गेजब्लॉक

ब] फॅडर गेज

क] साइन बार

ड] प्लग गेज

244] अचूकता सुनिश्चित करण्यासाठी वापरण्यापूर्वी स्लिप गेज साफ केले जातात. यासाठी तुम्ही कोणते माध्यम वापराल.

अ] तेल

ब] पातळ

C] कार्बनटेट्राक्लोराईड / पांढरेपेट्रोल

ड] टर्पेन्टाइन तेल

245]समान घटकांची मितीय अचूकता तपासण्यासाठी, डायल चाचणी निर्देशक टी 6 आकारासाठी सेट केला जातो आणि तुलनाकर्ता म्हणून वापरला जातो. डायल टेस्ट इंडिकेटरवर सेट करण्यासाठी तुम्ही काय वापराल?

A] डायल टेस्ट इंडिकेटर

ब] टीटर गेज

क] स्लिपगेज

डी], पृष्ठभाग गेज

246] एक साइन बार त्याच्या शरीरावर चार किंवा पाच समान अंतराच्या छिद्रांसह बनविला जातो. या छिद्रांचा उद्देश आहे

अ] साइनबारसहजहाताळा

ब] सिन बारचे वजन कमी करा

C] साइन बारच्या वरच्या पृष्ठभागाच्या विकृतीला प्रतिबंध करा

ड] साइन बारला चांगले स्वरूप द्या

Sine Bar.png

247] साठी साइन बार वापरला जातो

अ] छिद्रांचा व्यास मोजणे '

<u>ब] टेपरजॉबचाकोनशोधणे</u>

क] ड्रिलिंगसाठी काम समतल करणे

ड] थ्रेडचे प्रोफाइल चक्किंग

248] साइन बार वापरून कोन मोजण्यासाठी स्लिप गेजची उंची आणि

<u>अ] साइनबारचीउंची</u>

ब] नंबर स्लिप गेज

C] साइन बारची लांबी

ड] साइन बारची रुंदी

249] ----------- 1 च्या अचूकतेमध्ये कोन तपासण्यासाठी वापरला जातो.

अ] गेज

<u>ब] साइनबार</u>

क] मंदिर

ड] दुर्बिणीसंबंधीचा गेज

250] संपर्क रोलर्सची मध्यवर्ती रेषा आणि साइन बार असल्यास डेटाम पृष्ठभाग

अ] समान ओळ "'

<u>ब] समांतर</u>

क] कललेला

ड] लंब

251] साइन पट्टी बनलेली आहे -.

अ] उच्च कार्बन स्टील

<u>ब] स्थिरक्रोमियमस्टील'</u>

क] हाय स्पीड स्टील

ड] Nicked स्टील

252] वर्क पीसचा कोन अचूकपणे तपासण्यासाठी l=200mm लांबीचा साइन बार वापरला जातो. तपासायचा कोन: 250 स्लिप गेजची उंची 'h' काढा?

<u>अ] 84.54 मिमी</u>

ब] 83.52 मिमी

क] 81.81 मिमी

ड] 85.52 मिमी

253] समायोज्य स्नॅपमध्ये. गेज, दोन समायोज्य जबडे दिले आहेत. .

अ] दोन्ही बाजू

<u>ब] एकबाजू</u>

क] प्रत्येक बाजूला एक

ड] यापैकी नाही

२५४] ------------ नोकरीच्या बाहेरील परिमाण तपासण्यासाठी वापरला जातो.

अ] रिंग गेज

<u>ब] स्नॅपगेज</u>

क] प्लग गेज

ड] स्क्रू पिच गेज

255] फिक्स्ड टाईप स्नॅप गेजमध्ये "गो आणि नो गो" टोके असतात

अ] दोन्ही बाजू

ब] दोन्ही बाजूला

<u>क] त्याचबाजूला</u>

ड] स्वतंत्रपणे

256] 25 h7 स्नॅप गेजचा "गो आणि नो गो" आकार असावा -'

अ] 24.977 मिमी (जा] आणि 25.002 मिमी (क्रमांक 60]

<u>ब] 25.002 मिमी (जा] आणि 24.977 मिमी (क्रमांक 60]</u>

क] २४.९९८ मिमी (जा] आणि २५.०२३ मिमी (नो गो]

D] 25.023 मिमी (जा] आणि 24.998 मिमी (क्रमांक 60]

257] चौरसपणातील त्रुटी वापरून अचूकपणे निर्धारित केली जाऊ शकते -

अ] स्क्वेअर आणि स्लिप गेज वापरून पहा

<u>ब] स्क्वेअरआणिफीलरगेजवापरूनपहा</u>

क] सिलेंडर स्क्वेअर आणि स्लिप गेज

D] ट्राय स्क्वेअरची बेव्हेल धार

258] वीण भागांमधील क्लिअरन्स .... द्वारे मोजले जाते.

अ] डायल गेज

ब]"जा" गेज

<u>क] फीलरगेज</u>

ड] कॅलिपर गेज

२५९] --------------- घटकाचा आकार तपासण्यासाठी वापरला जातो

<u>अ] साचा</u>

ब] स्नॅप गेज

क] वाद्य

ड] साइन बार

260] अ‍ॅब्रेसिव्हचे वर्गीकरण .... मध्ये केले जाते.

<u>अ] दोनप्रकार</u>

ब] तीन प्रकार

c] एक प्रकार

ड] चार प्रकार

261] ------------------- वरून बनवलेली ग्राइंडिंग व्हील्स सर्वात सामान्य आहेत कारण त्याच्या मुक्त आणि थंड कटिंग क्रियेमुळे.

<u>अ] अ‍ॅल्युमिनियमऑक्साईड</u>

ब] सिलिकॉन ऑक्साईड

C] अमोनियम ऑक्साईड

ड] कार्बाइड.

262] खालीलपैकी कोणता अपघर्षक धातू नसलेल्या वस्तू कापण्यासाठी चाके कापण्यासाठी वापरला जातो?

अ] अ‍ॅल्युमिनियम ऑक्साईड

<u>ब] सिलिकॉनकार्बाइड</u>

क] हिरा

ड] वरीलपैकी नाही

263] टंगस्टन कार्बाइड टूल इन्सर्ट पीसण्यासाठी कोणता अपघर्षक कण वापरला जातो?

<u>अ] सिलिकॉनकार्बाइड</u>

ब] ए|२०३

क] हिरा

ड] कोरंडम

264] खालीलपैकी कोणते नैसर्गिक अपघर्षक आहे?

अ] ॲल्युमिनियम ऑक्साईड

ब] सिलिकॉन

C] बोरॉन कार्बाइड

<u>ड] कोरंडम</u>

265] खालीलपैकी कोणते उत्पादित अपघर्षक आहे?

अ] कोरंडम.

ब] क्वाट्‌र्ज

<u>क] सिलिकॉन</u>

ड] एमरी

266] स्टील फिटिंग पीसण्यासाठी कोणता अपघर्षक कण वापरला जातो?

अ] सिलिकॉन कार्बाइड

<u>ब] ॲल्युमिनियमऑक्साईड</u>

क] हिरा.

ड] बोरॉन ऑक्साईड

267] कॉंक्रीटचे दगड आणि गवंडी कापण्यासाठी चाकाचे कोणत्या प्रकारचे अपघर्षक कट वापरावे?

अ] सिलिकॉन

ब] Al203

<u>क] डायमंडग्रिट</u>

ड] काच

268] ॲल्युमिनिअम ऑक्साईड चाक पीसण्यासाठी वापरले जाते ------------

अ] कास्ट लोह

ब] सिमेंट कार्बाइड.

<u>क] HSS'</u>

ड] सिरॅमिक

269] AIZO3 ग्राइंडिंग व्हील बद्दल कोणते विधान चुकीचे आहे.

<u>अ] तेसिलिकॉनपेक्षाकमीकठीणआहे</u>

ब] टणक पोलाद, कडक कांस्य स्टील बिलेट्स इत्यादी दळण्यासाठी ते योग्य आहे.

C] lt उच्च तन्य शक्ती सामग्रीसाठी योग्य आहे

ड] ते सिलिकॉनपेक्षा कमी कठीण आहे

270] टिप केलेल्या उपकरणाच्या ऑफहँड ग्राइंडिंगसाठी योग्य हिऱ्याच्या चाकाचा बंध .... आहे.

अ] रेझिनोइड

ब] विट्रिफाइड

क] शेलॅक

<u>ड] धातू</u>

271] खालीलपैकी कोणते बंध सर्रास वापरले जातात?

<u>अ] विट्रिफाइडबॉण्ड'</u>

ब] रबर बंध

क] शेलॅक बाँड

ड] सिलिकेट बंध

272] रेझिनोइड .बॉन्डसाठी पारंपारिकपणे वापरले जाणारे चिन्ह ~~~~~~~~~ आहे.

अ] वि

ब] आर फ

<u>क] बी</u>

ड] इ

273] ग्राइंडिंग सराव मध्ये "ग्रेड ऑफ व्हील" या शब्दाचा संदर्भ ---------' आहे.

अ] वापरलेल्या अपघर्षकाची कडकपणा

<u>ब] चाकाच्याबंधाचीताकद</u>

C] चाक 0f समाप्त करा

ड] कामाच्या तुकड्यांची कडकपणा

274] चाके कापण्यासाठी कोणते बंधन वापरले जाते?

अ] रबर

ब] विट्रिफाइड

<u>क] Resirjoid</u>

ड] शेलॅक

275] ग्राइंडिंग व्हीलची कडकपणा ---------- द्वारे निर्धारित केली जाते.

<u>अ] प्रतिकारकेला. ग्राइंडिंगस्ट्रेसविरूद्धबॉण्डद्वारे</u>

ब] अपघर्षक धान्यांची कडकपणा

क] बंधनाची कडकपणा

ड] आत प्रवेश करण्याची क्षमता

276] अत्यंत वेगाने ग्राइंडिंग व्हील सुरक्षितपणे चालवणे आवश्यक असते तेव्हा कोणता बंध वापरावा? "

अ] विट्रिफाइड

ब] शेलॅक

क] सिलिकेट

D] रेझिनोइड‘ आणिरबर

277] पृष्ठभाग ग्राइंडिंगमध्ये सामान्य उद्देशाच्या पृष्ठभागाच्या ग्राइंडिंगसाठी ग्राइंडिंग व्हीलच्या धान्य आकाराची योग्य श्रेणी काय आहे?

अ] 20 ते 36

ब] 46 ते 60

क] 80 ते 120

ड] 150 ते 300

278] भारतीय मानकांनुसार, धान्य ’46‘. «w’ च्या गटात येते. -----

अ] खडबडीत

ब] मध्यम

क] ठीक आहे

ड] खूप छान

279] ग्राइंडिंग व्हीलमध्ये वापरल्या जाणार्‍या ॲब्रेसिव्हचा आकार सामान्यतः ---------- द्वारे निर्दिष्ट केला जातो.

अ] कडकपणा क्रमांक

ब] चाकाचा आकार

क] अपघर्षकाची मऊपणा किंवा कडकपणा

ड] जाळीक्रमांक

280] ग्राइंडिंग व्हीलमध्ये आगाऊ रचना............‘

अ]’भारी कट

ब] डक्टाइलसामग्री

क] कठीण साहित्य

डी] फिनिशिंग कट.

281] ग्राइंडिंग व्हील चिन्हांकित केले आहे: 51 A46L5 V~23. डोस 5 म्हणजे काय?

अ] बंधनाचा प्रकार.

ब] रचना.

क] अपघर्षक प्रकार.

ड] धान्याचा आकार.

282]---------------चाक प्रामुख्याने खडबडीत दळण्यासाठी वापरतात? .

अ] सिलेंडर

ब] टॅपर्ड

क] सरळ

ड] डिश

283] .... हे टूल आणि कटर ग्राइंडरवर प्रामुख्याने मिलिंग कटर आणि रीमर धारदार करण्यासाठी वापरले जाते

अ] सरळ कप

<u>ब] हॅरींगकप</u>

क] ताट

D] दोन्ही बाजूंनी recessed

284] पृष्ठभाग ग्राइंडिंग ऑपरेशनमध्ये वापरल्या जाणाऱ्या ग्राइंडिंग व्हीलचे वर्गीकरण ------------- असे केले जाते.

<u>अ] साधेदळण्याचेचाक</u>

ब] कप चाक '

क] ग्राइंडिंग पॉइंट'

ड] डिश किंवा बशी चाक

285] येथे ------------ मुख्य ग्राइंडिंग ऑपरेशन्स आहेत.

<u>अ] २</u>

ब] ४

क] ६

ड] 5

286] ग्राइंडिंग व्हीलशी संबंधित अटी खाली सूचीबद्ध केल्या आहेत ज्या चाकामधील धान्यांच्या अंतराचे वर्णन करतात

<u>अ] रचना</u>

ब] श्रेणी

क] BOHd

ड] हे सर्व

287] पीसण्याबाबत कोणते विधान चुकीचे आहे?

अ] मऊ साहित्य कापण्यासाठी, कठोर चाकाचा वापर केला जातो

<u>ब] कठीणसामग्रीकापण्यासाठी, हार्डव्हीलवापरतात</u>

क] मऊ सामग्रीसाठी कोरडी स्थिती आवश्यक आहे.

ड] कठोर सामग्री पीसण्यासाठी, ओले स्थिती आवश्यक आहे

288] ln ग्राइंडिंग ऑपरेशन, वापरलेले मऊ मटेरियल पीसण्यासाठी कोणता ग्रेड वापरला जातो.

अ] मृदू दर्जा

ब] मध्यम श्रेणी

<u>क] उच्चश्रेणी</u>

ड] कमी दर्जाचा

289] ln ऑपरेशन, कठीण सामग्री पीसण्यासाठी --------------

अ] मऊग्रेडवापरलाजातो

ब] उच्च दर्जाचा वापर केला जातो

C] मध्यम दर्जाचा IS वापरला जातो

ड] अतिशय बारीक ग्रेड वापरला आहे

290] रफिंगसाठी कटची शिफारस केलेली खोली ---------- मिमी आहे.

अ] ०.०१५ ते ०.०५०

ब] ०.०१५ते०.०३०

क] ०.०१० ते ०.०२०

ड] ०.०२० ते ०.०४०

291] कटर ग्राइंडिंगसाठी डायमंड व्हील वापरताना, चाकाचा वेग 1600/मिमी असण्याची शिफारस केली जाते. कटची खोली किती असावी? .

अ] ०.००५-०.०२५मिमी

ब] ०.०२५-०.०४ मिमी

क] 0.04-0.05 मिमी

ड] 0.05-0.05 मिमी

292] ॲब्रेसिव्ह कटिंग ऑफ मशीन रेझिनोइड कटिंग ऑफ व्हीलला त्यांच्या सर्वोच्च कार्यक्षमतेने आणि अर्थव्यवस्थेवर चालवण्याची परवानगी देतात. या चाकाचा वेग अंदाजे आहे

A] 5000 M/min च्या खाली

ब] 5000 मी/मिनिटपेक्षाजास्त

C] 2000 मी/मिनिट पर्यंत

D] 2000 ते 3000 M/min

293] जसजसा वर्क पीसचा व्यास कमी होतो, स्पिंडलचा वेग (त्याच कटिंग स्पीडसाठी

अ] तसाच राहतो

ब] कमी होते

क] वाढते

ड] यापैकी नाही

294] फीड ----------------- मध्ये व्यक्त केले आहे.

अ] मिमी/क्रांती

ब] इंच/क्रांती

C] सेमी/क्रांती

D] M/ क्रांती

295] कटिंग स्पीड (V] ------------ मध्ये व्यक्त केला जातो.

<u>अ] मिमी/सेकंद</u>

ब] मिमी/ मिनिट

C] मीटर/मिनिट

डी] मिमी/क्रांती

296] चाकाचे कटिंग निवडण्यासाठी खालीलपैकी कोणता मुद्दा विचारात घेतला जातो?

अ] मशीनला स्पिंडल वेग

ब] कोरडा किंवा ओला

क] साहित्य आणि साठा काढायचा आकार.

<u>ड] वरीलसर्व</u>

297] ग्राइंडिंग व्हीलशी संबंधित अटी, A ते Z च्या कडकपणाच्या वाढत्या क्रमाने आहेत-

अ] रचना _

<u>ब] श्रेणी</u>

क] बंध.

ड] अपघर्षक

298] कोणते विधान चुकीचे आहे?

अ] बारीक ग्राइंडिंग व्हील कठोर तसेच ठिसूळ साहित्य पीसण्यासाठी वापरले जाते

ब] धातू पीसण्यासाठी प्रथम सुरक्षित अभ्यासक्रम धान्य चाक वापरला जातो

क] मऊ धातू बारीक करण्यासाठी, बारीक धान्य वापरले जाते

<u>ड] मऊआणिलवचिकसामग्रीपीसण्यासाठीखरखरीतधान्याचेचाकवापरलेजाते</u>

299] विशिष्ट ऑपरेशनसाठी ग्राइंडिंग व्हील असल्यास काजळी, ग्रेड आणि रचना यावर आधारित आहे

अ] ग्राइंडिंग क्लिअरन्स

ब] ग्राइंडरचा स्पिंडल आकार

क] चाकाचा व्यास

<u>D] ज्यावेगानेवापरायचेआहे</u>

300] चाक आणि काम यांच्यातील संपर्क कमी करण्यासाठी ओल्या प्रकारच्या ग्राइंडरचा चेहरा किंचित मुकुट केला जातो. हे कार्बाइडच्या टोकाची शक्यता कमी करते --

<u>अ] जास्तउष्णतेमुळेनुकसानकिंवानष्टहोणे</u>

ब] वेगाने जमिनीवर जाणे

C] वेगाने झीज होऊन चाक खराब करणे

ड] अति उष्णतेने नष्ट

301] चॅटर मार्क्स, फीड सर्पिल इत्यादी काढून टाकण्यासाठी ही अपघर्षक प्रक्रिया आहे -

अ].सन्मान करणे

ब] लॅपिंग

क] जळणे

ड] सुपर फिनिशिंग

302] सुपर फिनिशिंग प्रक्रियेत व्यासावरील स्टॉक काढणे.. पासून आहे.

अ] ०.०५ ते ०.०७५ मिमी

ब] 0.005 ते 0.025 मिमी

क] ०.०२ ते ०.०२५ मिमी

D] 0.002 ते 0.05 मिमी

303] कामाचा तुकडा एब्रेसिव्हने चार्ज होतो आणि लॅप कधी कापतो?

अ] कामाचा तुकडा लॅपपेक्षा कठीण आहे

ब] कामाचातुकडालॅपपेक्षामऊअसतो

क] कामाच्या तुकड्यापेक्षा मांडीचा भाग मऊ असतो

ड] लेप कामाच्या तुकड्यापेक्षा खडबडीत आहे

304] ज्या उद्देशाने लॅपिंग ऑपरेशन केले जाते ---

अ] पृष्ठभाग पूर्ण परिष्कृत करण्यासाठी.

ब] फिटची गुणवत्ता सुधारण्यासाठी

C] भूमितीय अचूकता सुधारण्यासाठी,

ड] वरीलसर्व

305] लॅपिंग प्लेटवर चर ---------- साठी प्रदान केले जातात.

अ] प्लेटची विकृती रोखणे

ब] लॅपिंगपेस्टराखूनठेवणे

क] घर्षण कमी करणे

ड] धातू-चीप गोळा करते

306] डायमंड लॅपिंगसाठी खालील साहित्य वापरले जाते ....

A] H55

ब] तांबे'

C] ॲल्युमिनियम ऑक्साईड,

ड] उच्च कार्बन स्टील

307] खालीलपैकी कोणती एक थंड कार्य प्रक्रिया आहे ज्याद्वारे पृष्ठभाग पूर्ण करणे, मितीय अचूकता आणि कामाच्या कडकपणावर धातू काढून टाकल्याशिवाय परिणाम होऊ शकतो?

<u>अ] जळणे</u>

ब] होनिंग

क] लॅपिंग _

ड] सुपर फिनिशिंग

308] होनिंग प्रक्रियेत, स्पिंडलची हालचाल ---' ------------ असते.

<u>अ] उभ्याआणिपरस्पर</u>

ब] परस्पर

क] उभा

ड] क्षैतिज आणि परस्पर

309] अपघर्षक काठी वापरून प्रक्रिया केली जाते का?

अ] लॅपिंग

<u>ब] होनिंग</u>

C] सुपर फिनिशिंग'

ड] जळणे

310] --------- ग्राइंडिंग व्हील ग्लेझिंगसाठी कारण नाही

अ] मऊ चाकाच्या जागी कडक चाक

ब] शिफारशीपेक्षा जास्त चाकाचा वेग

क] गलिच्छ शीतलक

<u>ड] अयोग्यड्रेसिंग</u>

311] ग्राइंडिंग व्हील ग्लेझिंगची कारणे '............ द्वारे रोखली जाऊ शकतात.

<u>अ] फीडदरयोग्यरित्यासेटकरणे</u>

ब] शिफारस केलेल्या वेगासाठी चाक निवडणे i

क] कठीण चाकाच्या जागी मऊ चाक निवडणे

ड] उष्णता बदलणे

312] ग्राइंडिंगचे ग्लेझिंग खालीलपैकी कोणते कारण आहे?

अ].धान्याचा आकार खूप बारीक आहे

ब] चाक कठीण आहे'

C] चाकाचा वेग खूप वेगवान आहे

<u>ड] 'अ' आणि 'ब' दोन्ही</u>

313] चकचकीत किंवा लोड केलेल्या ग्राइंडिंग व्हीलचा प्रभाव खालीलपैकी कोणता आहे?

अ] चाकाचा चेहरा आणि कामाच्या पृष्ठभागाच्या दरम्यान जास्त कटिंग प्रेशर

ब] अधिक उष्णता निर्मिती/"एन

क] खराब पृष्ठभाग समाप्त

ड] वरीलसर्व

314] मुरगळताना चकचकीत होण्याची कारणे धान्याच्या आकाराची निवड, उपाय -------------

अ] बारीकधान्यआकाराच्याचाकाच्याजागीमध्यमधान्यआकाराचेचाकनिवडा

ब] शीतलक बदला

क] कठीण चाकाच्या जागी मऊ चाक निवडा

D] शिफारस केलेल्या वेगाचे चाक सेट करा

315] चेहऱ्यावर अ. ग्राइंडिंग व्हील चमकदार आणि गुळगुळीत झाले किंवा काही वापरानंतर चकचकीत झाले.

A].उद्देशासाठी योग्य नसलेल्या चाकाचा अपघर्षक

ब] धान्य आकार खूप खडबडीत आहे

C] जर चाक खूप उघडे असेल तर रचना. .

ड] चाकाचादर्जाखूपकठीणआहे

316] ग्राइंडिंग व्हील --------- मुळे चमकते.

अ] अपघर्षकधान्यांचापोशाख

ब] बाँडचा पोशाख

क] अपघर्षक च्या ब्रेकिंग

ड] चाकाला धार लावणे

317] ग्राइंडिंग व्हील लोड किंवा ग्लेझ झाल्यावर ते -------- असले पाहिजेत.

अ] योग्य प्रकारे संतुलित

ब] कपडेघातलेले

C] सर्व लहर संरेखित

ड] सत्य

318] स्टेप ग्राइंडिंगसाठी ग्राइंडिंग व्हीलची रुंदी 0f आहे ------- मिमी

अ] ३.

ब] ४

क] ५.

ओ] 6

319] रिम ~--------'~-ड्रेसरने परिधान केलेले आहे.

अ] पोलाद

ब] हिरा

क] अपघर्षक

ड] नैसर्गिक अपघर्षक

320] पृष्ठभाग ग्राइंडिंगमध्ये, ग्राइंडिंग व्हीलवर नवीन स्थिती उघड करण्यासाठी, डायमंड पॉइंट त्याच्या मागील स्थितीपासून ------------ कडे वळला पाहिजे.

अ] ५० अंश

ब] 90 अंश

C] 180 अंश

<u>डी] 45 अंश</u>

321] ग्राइंडिंग व्हील नियमितपणे -----------कामाच्या उत्पादनासाठी ड्रेस आणि ट्रू केले पाहिजे

<u>अ] सुधारणे</u>

ब] कमी करणे

क] तोटा

ड] टाळा

322] ग्राइंडिंग व्हीलची क्रिया सुधारण्याच्या प्रक्रियेला .... म्हणतात.

<u>अ] ड्रेसिंगऑपरेशन</u>

ब] टर्निंग ऑपरेशन

क] कटिंग ऑपरेशन

ड] ऑपरेशनला तोंड देणे

323] जर ग्राइंडिंग चाके संतुलित नसतील तर त्याचा परिणाम पृष्ठभागावर -------- चिन्हे बनतील ज्यामुळे खराब फिनिशिंग होईल.

<u>अ] बडबड</u>

ब] रेषा

क] डेंट

ड] लुप्त होणे

324] संतुलित ग्राइंडिंग व्हीलसह बारीक केल्याने आवश्यक ते साध्य करणे शक्य होईल -----------

<u>अ] पृष्ठभागसमाप्तीसहमितीयअचूकता</u>

ब] मांडणीचा नमुना

C] केवळ स्थिती सहिष्णुता पृष्ठभाग समाप्त

ड] स्थिती सहिष्णुता

325] चाकाचे संतुलन कशासाठी केले जाते?

अ] चाकाच्या दोन बाजू समांतर करा

ब] बोअरसह बाहेरील व्यास एकाग्र करा

<u>क] चाकाच्याप्रत्येकस्थितीतवजनसमानकरा</u>

ड] यापैकी नाही

326] सदोष कार्य पृष्ठभाग (बडबड खुणा] अधूनमधून पृष्ठभाग ग्राइंडिंग मशीनद्वारे तयार केले जातात, कारणे काय असू शकतात? -----1

<u>अ] चुकीचीड्रेसिंग'</u>

ब] कूलंट फिल्टर पंचर

क] खूप दळणे उष्णता

ड] वरीलपैकी काहीही नाही

327] कामाच्या तुकड्यावर चॅटर मार्क्स ----- मुळे पीसतात

अ] अपुरा शीतलक

<u>ब] व्हीलस्पिंडलवरीलकंपन</u>

क] कामाच्या पृष्ठभागावर आणि चेहऱ्याच्या चाकांमध्ये खूप घर्षण

ड] ग्राइंडिंग व्हीलचे कापलेले चेहरे पुनर्संचयित करण्याची क्रिया

328] पृष्ठभाग ग्राइंडिंग मशीनद्वारे अधूनमधून दोषपूर्ण कार्य पृष्ठभाग तयार केले जातात. यादृच्छिक ओरखडे कशामुळे होऊ शकतात? आय

अ] चुकीची ड्रेसिंग

ब] यंत्रातील कंपन

क] खूप दळणे उष्णता.

<u>ड] कूलंटफिल्टरपंक्चरझाले</u>

329] ग्राइंडिंग व्हीलमध्ये क्रॅक विकसित होतो ------ मुळे

अ] उष्णतेची निर्मिती

<u>ब] उच्चगती</u>

क] मंद गती

ड] मेहनत

330] पेडेस्टल ग्राइंडरचा वापर ----------- साठी केला जातो.

<u>अ] हेवीड्युटीकाम</u>

ब] लाईट ड्युटी काम

क] मध्यम काम

ड] जड आणि हलके काम

331] ऑफहँड ग्राइंडर --------- ग्राइंडरला बसवले जातात

अ] पृष्ठभाग

<u>ब] पादचारी</u>

क] दंडगोलाकार

D] ड्रिलिंग'

332] बेंच ग्राइंडर .... साठी वापरतात.

अ] हेवी ड्युटी काम

ब] जड आणि हलके काम

<u>क] लाईटड्युटीकाम</u>

ड] साबणाचे काम

333] बेंच ग्राइंडर .... वर बसवले जातात.

अ] पाया

<u>ब] तक्ता.</u>

क] व्हील गार्ड

ड] कन्व्हेयर

334] सरफेस ग्राइंडिंग मशीन आणि ते धारण करणारी उपकरणे -141i परस्पर कामासह एक सरळ चाक कामाच्या पृष्ठभागावर चांगले उत्पादन करेल ----------

<u>अ] सरळरेषा</u>

ब] वक्र रेषा

क] एकाग्र रेषा.

ड] रेडियल रेषा

335] रेसिप्रोकेटिंगसह एक कप व्हील तयार होईल ---------------

<u>अ] वक्ररेषा</u>

ब] रेडियल रेषा

क] एकाग्र रेषा

ड] सरळ रेषा

336] --- -------- मशीनच्या इतर सर्व भागांना समर्थन द्या.

अ] खोगीर

ब] तक्ता

<u>क] पाया</u>

D] स्तंभ

337] ------------- हे सर्वात जास्त वापरले जाणारे वर्क होल्डिंग डिव्हाइस आहे

<u>अ] चुंबकीयचक</u>

ब] जबडा

क] क्लॅम्प्स

ड] वाइस

338] दंडगोलाकार ग्राइंडिंग ऑपरेशनमध्ये ग्राइंडिंग व्हीलच्या तुलनेत काम नेहमी येथे फिरवले जाते

<u>अ] कमीवेग</u>

ब] वेगवान वेग

क] समान गती

D] 100 RPM अधिक

339] एका सार्वत्रिक दंडगोलाकार ग्राइंडरवर मध्यभागी बसवलेल्या लांब शाफ्टच्या संपूर्ण लांबीवर थोडासा टेपर, ... द्वारे जमिनीवर ठेवता येतो. ......

अ] शेपटीचा साठा ऑफसेट करणे

<u>ब] टेबलत्याच्यापायावरफिरवणे</u>

क] कामाचा तुकडा फिरवणे.

ड] चाकाचे डोके फिरवणे

340] मध्यवर्ती प्रकारच्या दंडगोलाकार ग्राइंडिंग ऑपरेशनमध्ये जेव्हा काम मध्यभागी बसवले जाते तेव्हा काम ----------- ने फिरवले जाते

अ] हेड स्टॉक स्पिंडलमध्ये रेषा किंवा फिरणारे केंद्र वापरणे

ब] रेग्युलेटिंग व्हीलचा घर्षण ड्राइव्ह

<u>क] लेथवरमध्यभागीआरोहितवर्कफिरवण्यासाठीवापरलीजाणारीसमानपद्धत</u>

ड] चाकाचीच हालचाल

341] सिलिकॉन कार्बाइड टूल्स ग्राउंड असू शकतात --------

अ] ओले

ब] कोरडे

<u>C] एकतर (A] किंवा (B]'</u>

D] ना (A] ना (a]

342] ग्राइंडिंग व्हील शीतलकाने दुमडले जाते ~---------

अ] चिप्स काढा

<u>ब] उष्णताकाढूनटाका</u>

क] चाक स्वच्छ करा

ड] स्वच्छ मशीन

343] एक मायक्रॉन म्हणजे ------------ मिमी

अ] ०.१

<u>ब] ०.००१</u>

क] १

ड] ०.०१

344] ------------- मायक्रोमीटर 45.54 मिमी मोजते तेव्हा COFFEC'E परिमाण आहे, जर त्यात 0.02 मिमी नकारात्मक त्रुटी असेल

अ] 45.58 मिमी

ब] 45 54 मिमी

<u>क] 45.56 मिमी</u>

ड] 45.53 मिमी.

Out Side
Micrometer.png

345] जेव्हा एव्हील आणि स्पिंडलचे चेहरे एकमेकांना स्पर्श करतात, जर स्लीव्ह स्केलचा शून्य थिमल स्केलच्या शून्याशी जुळत असेल, तर त्याला ----------- असे म्हणतात.

अ] सकारात्मक त्रुटी

ब] नकारात्मक त्रुटी

क] शून्य त्रुटी

D] कोणतीहीचूकनाही

346] डेप्थ बार -------------- मोजण्यासाठी वापरला जातो.

अ] उंची.

ब] लांबी

क] खोली

ड] इंच

Vernier Bevel
Protractor.png

347] सामान्य बेव्हल प्रोट्रेक्टरची अचूकता --'------------अंश आहे.

अ] एक

ब] तीन

क] दोन

ड] चार

348] प्रतिबंधात्मक देखभाल ------------- आहे.

अ] या देखभालीमध्ये संवेदनशील उपकरणांचा वापर समाविष्ट आहे

ब] या देखभालीचे काम साधारणपणे ऑपरेटर स्वतः करतो

क] दुरुस्तीचे काम फक्त ऑपरेटरने स्वतः केले.

ड] अनपेक्षितब्रेकडाउनकमीकरण्यासाठीनियोजित

349] नियमित देखभाल --------- आहे

अ] अनपेक्षित ब्रेकडाउन कमी करण्यासाठी नियोजित देखभाल केली जाते

ब] या प्रकारच्या देखभालीमध्ये संवेदनशील उपकरणाचा वापर समाविष्ट असतो

C] हे दुरूस्तीचे काम फक्त मशीनमध्ये बिघाड झाल्यावरच केले जाते

D] याप्रकारचीदेखभालसामान्यतःऑपरेटरस्वतःचकरतो.

350] --------- टाईप एक्टिंग्विशर हे विशिष्ट आकाराच्या डिस्चार्ज हॉर्नद्वारे सहज ओळखले जाते

अ] कोरडी पावडर

ब] कार्बनडायऑक्साइड

क] मंच

ड] हालोन

351] HSS फोर्जिंगसाठी कमाल तापमान ------------- अंश आहे.

अ] 1200

ब] 100

क] 1100

ड] 1500

352] एनीलिंगचा मुख्य उद्देश ----------- आहे.

अ] यंत्रक्षमतासुधारण्यासाठी

ब] चुंबकत्व सुधारण्यासाठी

क] कडकपणा वाढवण्यासाठी

ड] कणखरपणा वाढवण्यासाठी

353] HSS टूलमधील कार्बन टक्केवारी ------- आहे.

अ] ०.७५ते१.००%

ब] 1.00 ते 2.00 00

क] ०.६० ते ०.७५%

ड] ०.०२ ते ०.०३ %.

354] खालीलपैकी कोणता धातूचा लवचिक विकृतीचा प्रतिकार आहे?

अ] लवचिकता.

ब] ताकद

<u>क] कडकपणा</u>

ड] कणखरपणा

355]--------- मुख्य स्पिंडलवर गियर बसवले आहे

अ] टंबलर

<u>ब] धुरी</u>

क] झटपट बदल

ड] स्थिर स्टड

356] टम्बलर गीअर युनिटमध्येच .... असतात.

अ] दोन गीअर्स

ब] चार गीअर्स

<u>क] तीनगीअर्स</u>

ड] पाच गीअर्स

357] ऍप्रन .च्या पुढच्या टोकाला बोल्ट केलेले आहे --------------

अ] गाडी

<u>ब] खोगीर</u>

क] टूल पोस्ट

ड] शीर्ष स्लाइड

Lathe Chuck.png

358] स्क्रोल आणि गियर यंत्रणा ------------------ मध्ये कार्यरत आहे.

अ] कोलेट चक

ब] चुंबकीय चक

<u>क] तीनजबड्याचेचक</u>

ड] चार जबड्याचे चक.

359] ------------------ दीर्घ कामांसाठी वापरला जातो. लेथ ऑपरेशन्स पार पाडणे

अ] अर्धा केंद्र

<u>ब] लेथकेंद्र</u>

क] चेंडू केंद्र

ड] टिपलेला केंद्र

360] तीन जबड्याच्या चकचा आकार --------- द्वारे निर्दिष्ट केला जातो.

अ] प्रत्येक जबड्याचा आकार

<u>ब] चकच्याशरीराचाव्यास</u>

क] शरीराच्या चकची रुंदी

ड] प्रत्येक चकची जाडी

361] अनियमित आकाराचा वर्क पीस लेथवर चालू केला जातो. खालीलपैकी कोणते वर्क होल्डिंग ऍक्सेसरीज वापरले जाते?

अ] दोन जबडा चक

ब] तीन जबडा चक

क] ड्रायव्हिंग प्लेट

<u>ड] फेसप्लेट</u>

362] ------------ व्ही बेल्ट्सने चालविलेल्या पुलीवर खोबणी सर्वात जास्त आढळतात

<u>अ] 'व्ही' आकाराचा</u>

B] Slotted आकार.

क] चौकोनी आकाराचा

ड] गोल आकाराचा

363] ------------- टॅपर पिनमध्ये पिन टेपर्स वापरतात.

<u>अ] मानक</u>

ब] मेट्रिक

क] जार्नो

ड] तपकिरी आणि शार्प.

364] कटरच्या कटिंग एजवर बिल्ट अप एज तयार होतो जर मटेरिअल दळायचे असेल तर ------------

अ] कठीण

<u>ब] तन्य</u>

क] निंदनीय

ड] मऊ

365] सॉ मिलिंग करताना, कटची कमाल खोली. स्लिटिंग सॉ जाडीच्या ------------ वेळा मर्यादित आहे.

<u>अ] 3 ते 4 वेळा</u>

ब] 2 ते 3 वेळा

क] 4 ते 5 वेळा

ड] 1 ते 2 वेळा

366] उग्र दळणे उद्देश आहे

अ] उच्च वेगाने सामग्रीचा वास काढा

<u>ब] कमीतकमीवेळेतअतिरिक्तसाहित्यकाढूनटाका</u>

क] फिनिश ऑपरेशनसाठी योग्य रफ फिनिश प्रदान करा

ड] पृष्ठभाग खडबडीत समाप्त करा

milling machine.png

367] फिनिश मिलिंगचा उद्देश ....

<u>अ] कामाचातुकडाआवश्यकपरिमाणआणिपृष्ठभागपूर्णकरण्यासाठीआणा</u>

ब] कामाचा तुकडा आवश्यक परिमाणात आणा

क] आवश्यक पृष्ठभागाची परिमाणे आणा

ड] कमी साहित्य काढा.

368] मिलिंग कटरच्या चिप्स स्पेसच्या गोलाकार भागाला .... म्हणतात.

अ] कोपरा स्लॉट

<u>ब] फिलेट</u>

क] गोल धार

D} त्रिज्या

369] मिलिंग कटरमध्ये तीन मुख्य गुणधर्म असावेत. खालीलपैकी कोणते बरोबर आहे?

<u>अ] कडकपणा, कडकपणाआणिपरिधानकरण्यासाठीप्रतिकार</u>

ब] कडकपणा, ठिसूळपणा आणि परिधान करण्यास प्रतिकार

क] कडकपणा, कोमलता आणि परिधान करण्यासाठी प्रतिकार

ड] कडकपणा, लवचिक आणि परिधान करण्यासाठी प्रतिकार

370} प्रमाणित ड्रिलसाठी बिंदू कोन ------------- अंश आहे.

अ] १३५.

ब] 60

क] 108'

<u>ड] 118</u>

Surface Gauge.png

371} युनिव्हर्सल पृष्ठभाग गेजचा भाग जो काठावर समांतर रेषा काढण्यास मदत करतो ---------

अ] रॉकर हात

ब] स्नग

क] दंड समायोजन

<u>ड] मार्गदर्शकपिन (iii] पंच -.</u>

Punches.png

372] पंचांचा वापर --------- कोणत्याही आकाराचा बनवण्यासाठी केला जातो

अ] छिद्र

ब] खाण

C] Knurling

ड] रीमिंग

373] पृष्ठभाग प्लेट्स त्यांच्या लांबी आणि रुंदीनुसार निर्दिष्ट केल्या जातात आणि मध्ये असतात

अल डेसिमीटर

ब] घनमीटर

क] दंडगोलाकार

ड] ड्रिलिंग (v] कोन प्लेट

374] कामाचा तुकडा एका कोन प्लेटच्या चेहऱ्यावर चिकटवण्यासाठी--- वापरला जातो.

अ] चक

B] C clamps

क] स्पिंडल

ड] वाइस

375] स्लॉट --------------- साठी कोन प्लेटवर प्रदान केले आहेत

अ] सामावूनघेणारेबोल्ट

ब] हुक सह लटकणे

क] वजन कमी करणे

ड] काम संरेखित करणे

376] हातोड्याचा आकार त्याच्या ----------- द्वारे सांगितला जातो.

अ] वजन.

ब] लांबी

क] आकार

ड] रुंदी

Hammers.png

377] आर्बर किंवा मॅन्डरेलसह वापरल्या जाणाऱ्या अक्षीय छिद्रासह लहान रेमर म्हणतात -------

अ] समांतर रेमर

ब] समायोज्य रिमर

क] विस्तार रीमर

<u>ड] चकिंगरिमर</u>

Reamers.png

378] खालीलपैकी कोणता मशीन रीमरचा वापर रीमर अक्ष आणि कार्य अक्ष यांच्यातील चुकीचे संरेखन दुरुस्त करण्यासाठी केला जातो?

अ] फ्लोटिंगब्लेडरिमर

ब] मशीन जिग रिमर.

क] शेल रिमर

ड] चकिंग रिमर

3 79] टॅप बारीक करून पुन्हा धारदार केले जातात -----

अ] झोपड्या

ब] धागे

क] व्यास

ड] आराम

380] व्ही ब्लॉक -------- च्या ग्रेडमध्ये उपलब्ध आहेत.

अ] ० आणि १

ब] १ आणि २

C] A1 आणि A2

ड] मी

V Block.png

381] व्ही ब्लॉकचा वापर गोल पट्ट्या ठेवण्यासाठी केला जातो. त्यात व्ही ग्रूव्ह आहे जो सामान्यतः ----------- असतो

अ] 30 अंश

<u>C] 90 अंश</u>

डी] 120 अंश

.

औद्योगिक प्रशिक्षण संस्था

मासिक चाचणी-1 , गुण- 20, तारीखः- _______________

(प्रत्येक प्रश्नाला दोन गुण असतात)

1-06] जपानी भाषेत Seiko म्हणजे --------------

अ] चमकणे

ब] क्रमवारी लावा

क] प्रमाणीकरण

ड] टिकवणे

2-07] एसएस प्रणालीचा फायदा ------ आहे.

अ] उत्पादकतेत वाढ

ब] गुणवत्तेत वाढ

क] वेळेचा अपव्यय कमी करणे

ड] हे सर्व

3-08] सुरक्षा म्हणजे -----------

अ] कोणाचाही व्यवसाय नाही

ब] प्रत्येक शरीराचा व्यवसाय

क] काही शरीर व्यवसाय

ड] संस्थेचा व्यवसाय

4-09] मूलभूत श्रेणींसाठी सुरक्षा चिन्हे उपलब्ध आहेत "निषेध" चिन्हाचा अर्थ ----

अ] दाखवते की ते केले जाऊ नये

ब] काय केले पाहिजे ते दाखवते

क] धोक्याची किंवा धोक्याची चेतावणी देते

ड] सुरक्षा तरतुदीची माहिती देते

5-10] कार्यशाळेची सुरक्षा कोणती आहे?

अ] दुकानातील मजला स्वच्छ आणि ग्रीस, तेल किंवा इतर निसरड्या पदार्थांपासून मुक्त ठेवा

ब] वेग बदलण्यापूर्वी मशीन थांबवा

C] फटाके किंवा चिरलेली साधने वापरू नका

ड] धावणारे मशीन हाताने थांबवण्याचा प्रयत्न करू नका

6-11] वैयक्तिक संरक्षण उपकरणांमध्ये (PPE] हेल्मेट वापरले जाते

अ] डोके संरक्षित करा

ब] डोळ्यांचे रक्षण करा

क] हातांचे संरक्षण करा

ड] कानांचे रक्षण करा

7-12] खालीलपैकी कोणते सामान्य सुरक्षिततेशी संबंधित आहे?

A चांगल्या वृत्तीचा कार्यकर्ता ठेवा

ब] काम स्वच्छ आणि स्पष्ट

क] आपल्या कामावर लक्ष केंद्रित करा

ड] मजला आणि गँगवे स्वच्छ आणि स्वच्छ ठेवा

8-13] खालीलपैकी कोणते मशीन सुरक्षिततेसाठी केले जाते?

अ] मशीन सुरू करण्यापूर्वी तेलाची पातळी तपासा

ब] पद्धतशीर पद्धतीने कामे करा

क] फरशी आणि गँगवे स्वच्छ आणि स्वच्छ ठेवा

ड] डाय आणि स्कार्फ वापरू नका

9-14] ln पर्सनल प्रोटेक्ट इक्विपमेंट (PPE], 'स्लीव्हज'चा वापर संरक्षणासाठी केला जातो ----------

चेहरा

ब] डोळे

क] कान

ड] हात

10-15] ABC म्हणजे --------------

अ] स्वयंचलित श्वास नियंत्रण

ब] स्वयंचलित रक्त नियंत्रण

क] वायुमार्गातील श्वासोच्छवासाचे अभिसरण

ड] स्वयंचलित रक्त परिसंचरण

औद्योगिक प्रशिक्षण संस्था

मासिक चाचणी-2 , गुण- 20, तारीखः- ______________

(प्रत्येक प्रश्नाला दोन गुण असतात)

1-20] स्टील नियम ---------- आहे.

अ] चिन्हांकित करणारे साधन

क] तपासण्याचे साधन

ब] अचूक साधन

ड] थेट मोजण्याचे साधन

2-21] खालीलपैकी कोणते थेट मोजण्याचे साधन आहे?

अ] चौरस करून पहा

ब] पोलादी नियम

क] सरळ धार

3-22] स्टील नियमाची सर्वात कमी गणना आहे..

अ] 1 मि.मी

ब] 0.25 मिमी

क] 0.5 मिमी

ड] 2 मि.मी

4-23] विभाजकांचा आकार ----------- द्वारे निर्दिष्ट केला जातो.

अ] पायांची एकूण लांबी

ब] पूर्णपणे उघडल्यावर बिंदूमधील अंतर

क] बिंदू नसलेल्या पायांची लांबी

D] पिव्होट आणि बिंदूमधील अंतर

5-24] समांतर रेषा चिन्हांकित करण्यासाठी वापरण्यात येणारे साधन, डेटाम एजला समांतर आहे -

अ] जेनी कॅलिपर

ब] विभाजक

क] बाहेरील कॉलीपर

ड] कॅलिपरच्या आत

6-25] खालीलपैकी कोणते एक अप्रत्यक्ष मोजण्याचे साधन आहे?

अ] बाहेरील कॅलिपर

ब] व्हर्नियर कॅलिपर

क] पोलादी नियम

ड] बाहेरील मायक्रोमीटर

7-26] केंद्र शोधण्यासाठी वापरलेल्या पंचाचे नाव सांगा.

अ] प्रिक पंच ३०°

ब] प्रिक पंच ६०°

क] केंद्र पंच

ड] डॉट पंच

8-27] मध्य पंचाचा बिंदू कोन -------- आहे.

अ] ३०°

ब] ५०°

c] 900

ड] 1200

9-28] विविध मानक लांबीचे ब्लेड यामध्ये बसवता येतात..

अ] ठोस चौकट

ब] समायोज्य फ्रेम (सपाट प्रकार]

क] निश्चित फ्रेम

ड] कडक फ्रेम

10-29] पातळ कापण्यासाठी हॅकसॉ ब्लेडची सर्वात योग्य खेळपट्टी. विभाग ट्यूब आहे

अ] 0.8 मिमी

ब] 1.0 मिमी

क] 1.4 मिमी

ड] 1.8 मिमी

औद्योगिक प्रशिक्षण संस्था

मासिक चाचणी-३ , गुण- २०, तारीखः- _______________

(प्रत्येक प्रश्नाला दोन गुण असतात)

1-36] सामग्रीचा आकार अचूक आणि चांगल्या प्रकारे पूर्ण करण्यासाठी फाईलचा वापर केल्यास कोणता प्रकार?

अ] रफ फाइल

ब] बास्टर्ड फाइल

क] गुळगुळीत फाइल

ड] मृत गुळगुळीत फाइल

2-37] 60° पेक्षा जास्त कोन असलेले कोपरे आणि ग्रोव्ह भरण्यासाठी -------- आहे.

अ] गोल फाइल

ब] चौरस फाइल

C] त्रिकोणी फाइल

ड] चाकूची धार फाइल

3-38] छिन्नी ~- नुसार निर्दिष्ट केल्या आहेत

अ] लांबी

ब] छिन्नीची रुंदी

क] शरीराच्या क्रॉस सेक्शनचा प्रकार

ड] हे सर्व

4-39] साधारणपणे वाइसच्या हँडलची लांबी ---------- असते.

अ] वाइसच्या सामान्य आकाराच्या 1.5 पट

ब] वाइसच्या सामान्य आकाराच्या 2.5 पट

क] वाइसच्या सामान्य आकाराच्या 3.5 पट

ड] वाइसच्या सामान्य आकाराच्या 4.5 पट

5-40] बेंच व्हाईस स्पिंडल .... चे बनलेले असते.

अ] सौम्य पोलाद

ब] कास्ट लोह

क] साधन स्टील

ड] कांस्य

6-41] M10 x 15 साठी टॅपिंग ड्रिलचा आकार -------- आहे

अ] ८.२

ब] ८.३

क] ८.४

ड] ८.५

7-42] M10XI.S च्या स्क्रूसाठी नट बनवायचे आहे. ड्रिल केलेल्या छिद्राचा आकार किती असावा?

अ] 8-5 मिमी

ब] 9.0 मिमी

क] 9.5 मिमी

ड] 10.0 मिमी

8-43] टॅप पीसून पुन्हा तीक्ष्ण केले जातात ....

अ] बासरी

ब] धागे

क] व्यास

ड] आराम

9-44] MS टॅप रुंदीच्या टेपिंगसाठी कोणत्या आकाराचे ड्रिल वापरले जाते?

अ] 4.5 मिमी

ब] 4.0 मिमी

C] 0.38 मिमी

ड] 0.35 मिमी

10-45] हाताने धागा चालवण्यासाठी खालीलपैकी कोणता वापरला जातो?

एक नळ

ब] थ्रेडिंग साधन

क] थ्रेडिंग चेझर

ड] टिपलेले साधन

औद्योगिक प्रशिक्षण संस्था

मासिक चाचणी-4 , गुण- 20, तारीख:- ______________

(प्रत्येक प्रश्नाला दोन गुण असतात)

1-51] वंगण आवश्यक आहे ....

अ] कमीत कमी भार घेऊन मशीन सुरळीत चालवा

ब] यंत्र लवकर चालवा

क] मशीन ताबडतोब थांबवा

ड] अधिक अचूकतेचा कार्य भाग तयार करा

2-55] ट्विस्ट ड्रिलमध्ये बासरीची संख्या -------- असते.

अ] १

ब] २

क] ३

ड] ४

3-56] वीज उपलब्ध नसलेल्या ठिकाणी छिद्र पाडण्यासाठी खालीलपैकी कोणते ड्रिलिंग मशीन वापरले जाते?

अ] बेंच ड्रिलिंग मशीन

ब] पिलर ड्रिलिंग मशीन

क] ड्रिलिंग मशीन पुन्हा डायल करा

ड] रॅचेट ड्रिलिंग मशीन

4-57] खालीलपैकी कोणते ड्रिलिंग मशीन हेवी ड्युटी कामासाठी वापरले जाते?

अ] बेंच ड्रिलिंग मशीन

ब] पिलर ड्रिलिंग मशीन

क] रेडियल ड्रिलिंग मशीन

ड] इलेक्ट्रिक हँड ड्रिलिंग मशीन

5-58] ड्रिल चक मशीनच्या स्पिंडलवर ------ च्या माध्यमातून धरले जातात.

अ] आर्बर

ब] वाहून जाणे

क] ड्रॉ-इन बार

ड] चक नट

6-59] संवेदनशील बेंच ड्रिलिंग मशीनमध्ये ---- द्वारे भिन्न वेग प्राप्त केले जातात.

अ] बेल्ट पुली यंत्रणा

ब] हायड्रोलिक यंत्रणा

क] रॅक आणि पिनियन यंत्रणा

ड] कॅम आणि अनुयायी यंत्रणा

7-60] आवश्यक गुणधर्म मिळविण्यासाठी स्टीलची रचना बदलण्यासाठी गरम आणि थंड करण्याच्या प्रक्रियेला म्हणतात.

अ] कडक होणे

ब] सामान्य करणे

क] उष्णता उपचार

ड] टेंपरिंग

8-61] एनीलिंगचा मुख्य उद्देश आहे

अ] कडकपणा वाढवा

ब] कणखरपणा वाढवा

क] यंत्रक्षमता सुधारणे

ड] विकृती सुधारणे

9-62] स्टीलचे सामान्यीकरण करण्याचा उद्देश --------

अ] प्रेरित ताण काढून टाका

ब] जनुक सुधारणे आणि ठिसूळपणा कमी करणे

क] धातू मऊ करणे

ड] पृष्ठभाग वाढवा?

10-63] खालीलपैकी कोणती प्रक्रिया बाह्य 5" एनीलिंगसाठी कठोर करण्यासाठी वापरली जाते

अ] कडक होणे

ब] टेंपरिंग

क] केस कडक होणे

ड] अश्रू पृष्ठभाग

औद्योगिक प्रशिक्षण संस्था

मासिक चाचणी-5 , गुण- 20, तारीख:- ______________

(प्रत्येक प्रश्नाला दोन गुण असतात)

1-66] रचना बदलण्याची आणि अशा प्रकारे गरम आणि थंड करून गुणधर्म बदलण्याच्या प्रक्रियेला -- असे म्हणतात.

अ] उष्णता उपचार

ब] मिश्रधातू

क] टेंपरिंग

ड] यापैकी नाही

2-67] धान्य रचना शुद्ध करण्यासाठी खालीलपैकी कोणती उष्णता उपचार प्रक्रिया अवलंबली जाते.

अ] एनीलिंग

ब] कडक होणे

क] टेंपरिंग

ड] सामान्य करणे

3-68] लोखंड आणि पोलादावर ॲनिलिंग केले जाते ---------

अ] अंतर्गत ताण दूर करण्यासाठी

ब] कडकपणा कमी करण्यासाठी

क] यंत्रक्षमता सुधारण्यासाठी

ड] हे सर्व

4-69] खालीलपैकी कोणते उष्मा उपचाराच्या टप्प्यांत येत नाही?

अ] गरम करणे

ब] स्वच्छता

क] शमन करणे

ड] भिजवणे

5-70] तोफा हा तांब्याचा मिश्र धातु आहे, ------------

अ] कथील आणि जस्त

ब] शिसे आणि जस्त

क] झिंक आणि निकेल

ड] शिसे आणि निकेल

6-71] कास्ट आयरन मशीन बेड तयार करण्यासाठी वापरले जाते कारण -------

अ] ते अधिक संकुचित तणावाचा प्रतिकार करू शकते

ब] ते वजनाने जड असते

क] हा स्वस्त धातू आहे

ड] हा एक ठिसूळ धातू आहे

7-75] खालीलपैकी कोणते ऑपरेशन सेंटर लेथवर करता येत नाही? .

अ] वळणे
ब] धागा कापणे
क] गियर कटिंग
ड] बारीक टर्निंग
8-76] लेथच्या टम्बलर गियर युनिटमधील गीअर्सची संख्या ----
अ] २
ब] ३
क] ४
ड] 5
9-77] लेथमधील फीड रॉडचे कार्य म्हणजे ----
अ] रोटरी मोशनचे टूलच्या रेखीय गतीमध्ये रूपांतर करणे
ब] रोटरी मोशनचे टूलच्या वर्तुळाकार गतीमध्ये रूपांतर करणे
क] रोटरी मोशनचे टेल स्टॉकच्या वर्तुळाकार गतीमध्ये रूपांतर करणे
ड] यापैकी नाही
10-78] लेथ चालू केलेल्या टेपरचा वापर म्हणजे ----
A] एकत्र केलेल्या भागांमध्ये ड्राइव्ह प्रसारित करण्यास मदत करा
ब] भाग एकत्र करण्यासाठी आणि वेगळे करण्यासाठी वापरले जाते
क] एकत्र केलेल्या भागांमध्ये स्वत: चे संरेखन द्या
ड] हे सर्व

औद्योगिक प्रशिक्षण संस्था

मासिक चाचणी-6 , गुण- 20, तारीख:- ______________

(प्रत्येक प्रश्नाला दोन गुण असतात)

1-81] खालीलपैकी कोणता वर्क पीस
त्याच्या भोक/बोअरमध्ये व्यास केंद्रित करण्यासाठी मशीनिंगसाठी वापरला जातो?
अ] फेसप्लेट
ब] मांडेल
क] तीन जबड्याचा चक
ड] चार जबड्याचा चक
2-82] खालीलपैकी कोणता वापर नियमित वर्कपीस ठेवण्यासाठी केला जातो
अ] फेसप्लेट
ब] मांडेल
c] तीन जबडा चक
ड] चार-जबड्याचा चक.

3-83] चार जबड्याच्या चकच्या मागील बाजूस असलेल्या धाग्यांमध्ये...---- धाग्यांचा प्रकार असतो.

अ] चौकोन

3] ट्रॅपेझॉइडल

क] V -आकार

ड] यापैकी नाही

4-84] रेक अँगलचा उद्देश --------

अ] उपकरणाची बाजू वर्क पीससह घासणे प्रतिबंधित करा

ब] चिप्स दूर मार्गदर्शन

क] एक चांगला पृष्ठभाग पूर्ण W मिळवा

ड] साधनाचे आयुष्य वाढवा

5-85] आकृतीमध्ये "X" चिन्हांकित केलेला कोन ------ a आहे

अ] कटिंग अँगल‘

ब] पाचर कोन

C] समोरील मंजुरी कोन

ड] रेक कोन

6-86] 60° कोनावर अचूकतेसाठी लेथचे थ्रेडिंग टूल तपासण्यासाठी कोणते गेज वापरले जाते?

अ] स्क्रू पिच गेज

ब] थ्रेड प्लग गेज

क] केंद्र गेज

ड] धागा रिंग गेज

7-87] जे छिद्र घटकाच्या पूर्ण खोलीतून केले जात नाही त्याला -------- म्हणतात.

अ] कोर छिद्र

ब] आंधळा छिद्र

क] पिन छिद्र

ड] बोअर होल

8-89] लेथवर ड्रिल करताना, ड्रिल ------ मध्ये आयोजित केले जाते.

अ] हेडस्टॉक

ब] टेलस्टॉक

क] कंपाऊंड विश्रांती

ड] पलंग

स्क्रूच्या डोक्याला सामावून घेण्यासाठी विद्यमान छिद्राचा शेवट मोठा करण्याच्या प्रक्रियेला ----------- म्हणतात.

अ] कंटाळवाणे

ब] स्पॉट फेसिंग

क] काउंटर कंटाळवाणे

ड] काउंटर बुडणे

10-91] tmix-31 चे वर्गीकरण सेल्फ होल्डिंग आणि क्विक रिलीझिंग टेपर्स म्हणून केले जाते. स्वत: ची धारण टेपर कोन आहे

अ] ३°

ब] ४°

c] 5°

ड] 6°

औद्योगिक प्रशिक्षण संस्था

मासिक चाचणी-7 , गुण- 20, तारीख:- ______________

(प्रत्येक प्रश्नाला दोन गुण असतात)

1-96] मोर्स टेपर खालीलपैकी कोणत्या मशीनच्या घटकांमध्ये वापरला जातो -...

अ] लेथचे स्पिंडल्स

ब] ड्रिल मशीनचे स्पिंडल्स

क] रीमरच्या शेंड्या

ड] हे सर्व

2-97] टेपरच्या मोठ्या प्रमाणात उत्पादनासाठी खालीलपैकी कोणती पद्धत वापरली जाते........

अ] टेलस्टॉक ऑफसेट पद्धत

ब] टेपर टर्निंग संलग्नक पद्धत

क] फॉर्म खूप पद्धत

ड] कंपाऊंड स्लाइड पद्धत

3-98] टेपरचा प्रमुख व्यास 40 मिमी, किरकोळ व्यास 30 मिमी आहे. कामाची एकूण लांबी

100 मि.मी. निकृष्ट आहे त्यानंतर ऑफसेट द्वारे दिली जाते

अ] 5 मि.मी

ब] 7.5 मिमी

क] 12 मिमी

ड] 9 मि.मी

4-99] 50 मेट्रिक खडबडीत धागा M12 x 125 म्हणून नियुक्त केला आहे '12' काय दर्शवते?

अ] प्रमुख व्यास

ब] रूट व्यास

क] खेळपट्टीचा व्यास

ड] रिक्त व्यास

5-100] 3 लॅट ' मिमी पिच 120 वर 3 मिमी पिच कापण्यासाठी आवश्यक बदल गीअर्स शोधा

अ] ड्रायव्हर / चालवलेला =.455/120

ब] ड्रायव्हर/चालित = 60/120

क] ड्रायव्हर / चालवलेला = 80/120

D] ड्रायव्हर/ चालवलेले 2 40/80 पैकी 5 मिमी

6-101] लेथ havmg लीड स्क्रू पिचवर 1 5 मिमी पिच कापण्यासाठी आवश्यक गीअर्सची गणना करा

A] ड्रायव्हर / चालवलेला -_20/100

ब] ड्रायव्हर/चालित = 30/100

C] ड्रायव्हर / चालविले = 40/120

D] ड्रायव्हर/चालित = 60/120

7-104] लगतच्या धाग्याच्या दोन बाजूंना जोडणाऱ्या वरच्या पृष्ठभागाला म्हणतात

अ] क्रेस्ट

ब] मूळ

क] पार्श्वभाग

ड] धागा कोन आहे

8-105] ISO मेट्रिक थ्रेडचा समाविष्ट केलेला कोन -------- आहे.

अ] 27 1 /2°

ब] ३०°

C] 55°

ड] ६०°

9-106] खालीलपैकी कोणत्या स्क्रू थ्रेड फॉर्ममध्ये थ्रेड्सच्या फ्लँक्समध्ये 55° कोन समाविष्ट आहे?

अ] बीए धागा

ब] एक्मे धागा

क] बट्रेस धागे

ड] पोर धागा

10-107] खालीलपैकी कोणते फक्त धाग्याचे योग्य स्वरूप पूर्ण करण्यासाठी आणि राखण्यासाठी वापरले जाते?

एक नळ

ब] थ्रेडिंग साधन

क] थ्रेडिंग चेझर

ड] टिपलेले साधन

औद्योगिक प्रशिक्षण संस्था

मासिक चाचणी-8 , गुण- 20, तारीख:- _______________

(प्रत्येक प्रश्नाला दोन गुण असतात)

1-111] दोन स्टार्ट थ्रेडची पिच 4 मिमी आहे. मग थ्रेडची लीड ----- यांनी दिली आहे.

अ] 4 मि.मी

ब] 2 मि.मी

क] 8 मि.मी

ड] 6 मि.मी

सिंगल पॉइंट कटिंग टूल वापरून लीड स्क्रू पिच असलेल्या लेथवर 2.5 मिमीचा स्क्रू थ्रेड कापण्यासाठी आवश्यक गियर प्रमाण ---- आहे.

अ] १:२

ब] २:१

C] 1:1 मिमी

3-113] दळणे म्हणजे ----------

अ] सिंगल पॉइंट कटिंग टूल

ब] मल्टी पॉइंट कटिंग टूल

क] फॉर्म टूल

ड] मल्टी पॉइंट हँड टूल

4-114] पृष्ठभाग पीसून तयार होणारा पृष्ठभाग -------- आहे

अ] भरण्यापेक्षा किफायतशीर

ब] कमी किफायतशीर आणि अधिक अचूक

क] भरण्यापेक्षा कमी किफायतशीर

ड] अधिक किफायतशीर आणि अधिक अचूक

5-115] दळणे हे मुळात --------- आहे.

अ] वळण्याची प्रक्रिया

ब] नियोजन प्रक्रिया

क] आकार देण्याची प्रक्रिया

ड] मशीनिंग प्रक्रिया

6-116] लेखक ---------- बनलेले आहेत

अ] सौम्य पोलाद

ब] पितळ

क] कास्ट लोह
ड] उच्च कार्बन स्टील
7-117] लेखकाचा बिंदू कोन ----------- आहे.
अ] ३०°
ब] ६०°
C] 5° ते 10°
D] 12° ते 15°
8-118] चिन्हांकित करताना, ----- द्वारे प्रदान केलेला संदर्भ पृष्ठभाग आयडी
अ] नोकरीचे स्केच
ब] कामाचा तुकडा
C] टेबल पृष्ठभागांवर चिन्हांकित करणे
ड] पृष्ठभाग गेज
9-119] सार्वत्रिक पृष्ठभाग गेजचा कोणता भाग आहे
अ] बारीक समायोजन स्क्रू
ब] मार्गदर्शक पिन
क] पाया
D] R k oc er हात
10-120] ड्रेसर्सद्वारे ग्राइंडिंग व्हीलला आकार देण्याचे ऑपरेशन?
अ] ड्रेसिंग
ब] सत्य
क] अडकणे
ड] ग्लेझिंग

औद्योगिक प्रशिक्षण संस्था

मासिक चाचणी-9 , गुण- 20, तारीखः- ______________

(प्रत्येक प्रश्नाला दोन गुण असतात)

1-126] मायक्रोमीटरमधील रॅचेट स्टॉप ------------ मदत करते.
अ] दाब नियंत्रित करा
ब] स्पिंडल लॉक करा
C] शून्य त्रुटी समायोजित करा
ड] कामाचा तुकडा धरा
2-127] 1000 मायक्रॉन म्हणजे ------------
अ] 1 मि.मी
ब] १ मी
क] 1000 मिमी

ड] 10 सें.मी

3-128] मायक्रोमीटरच्या बाहेरील 50-75 मिमीचे शून्य वाचन किती आहे?

अ] 0.000 मिमी

ब] 0.01 मिमी

क] 25.00 मिमी

ड] 50.00 मिमी

4-129] मायक्रोमीटरच्या बाहेरील मेट्रिकच्या स्लीव्हवरील सर्वात लहान भागाचे मूल्य ----- आहे.

अ] 0.50 मिमी

ब] 1.00 मिमी

क] 1.50 मिमी

ड] 2.00 मिमी

5-130] मायक्रोमीटरमध्ये रॅचेट स्टॉप --------- मदत करते

अ] दाब नियंत्रित करा

ब] स्पिंडल लॉक करा

C] शून्य त्रुटी समायोजित करा

ड] कामाचा तुकडा धरा

6-131] व्हर्नियर कॅलिपरची सर्वात कमी संख्या आहे (मुख्य स्केल = 49 विभाग, व्हर्नियर स्केल = 50 विभाग)

अ] 0.1 मिमी

ब] 0.01 मिमी

C] 0.001 मिमी

ड] 0.02 मिमी

7-132] व्हर्नियर कॅलिपर वापरून केलेल्या मोजमापाचा प्रकार ------- आहे.

अ] थेट मोजमाप

ब] अप्रत्यक्ष मापन

क] ९०"] (अ] ८१ (ब]

ड] यापैकी नाही

8-133] अंजीर मध्ये दर्शविलेल्या साधनांची नावे सांगा.

अ] प्लंजर प्रकार डायल चाचणी निर्देशक

ब] लीव्हर प्रकार डायल टेस्ट इंडिकेटर

C] स्वयंचलित प्रकार डायल चाचणी निर्देशक

D] अर्ध स्वयंचलित प्रकार डायल चाचणी निर्देशक

9-134] डायल इंडिकेटरच्या शेवटच्या तळाला नाव द्या.

अ] कांड

ब] निरण

क] प्लंगर

ड] सूचक

10-135] व्ही -ब्लॉक आणि डायल इंडिकेटर पद्धत मोजण्यासाठी वापरली जाते

अ] कामाच्या तुकड्याच्या जमिनीची लांबी

ब] वर्क पीसच्या पृष्ठभागाची गोलाकारता

क] पृष्ठभागाची सपाटता

ड] धाग्याची पिच

औद्योगिक प्रशिक्षण संस्था

मासिक चाचणी-10 , गुण- 20, तारीखः- _______________

(प्रत्येक प्रश्नाला दोन गुण असतात)

1-141] मिलिंग कटरला तीक्ष्ण करण्यासाठी टूल आणि कटर ग्राइंडरवर कोणत्या प्रकारचे ग्राइंडिंग व्हील वापरले जाते

?

अ] सरळ कप चाक

ब] भडकणारे कप चाक

क] डिश चाक

ड] बशी चाक

2-143] ले ग्राइंडिंग ऑपरेशनच्या पद्धतीवर अवलंबून असते अंजीरमध्ये दर्शविलेले लेअर कोणत्या प्रकारचे ग्राइंडिंग व्हील

तयार करेल.

अ] परस्पर कार्यासह सरळ चाक

ब] परस्पर कार्यासह कप चाक

क] उभ्या स्पिंडलवरील सेगमेंटल व्हील

ड] कप किंवा सेगमेंटल व्हील फिरवत कामासह

3-144] दोन्ही बाजूंनी रेसेस केलेले ग्राइंडिंग व्हील ------------- वापरले जाते.

अ] चेंज ब्रेकिंग

ब] सपाट पृष्ठभाग दळणे

सी] फ्लँजसाठी मंजुरी प्रदान करा

D] दोन्ही फ्लँजसाठी मंजुरी प्रदान करा

4-145] मानक खुणा व्यतिरिक्त ग्राइंडिंग व्हील निर्दिष्ट करताना,

खालीलपैकी कोणते नमूद केले आहे -----

A] चाकाचा व्यास 0f

ब] चाकाची जाडी

क] चाकाचा आकार

ड] हे सर्व

5-146] चकचकीत किंवा लोड केलेले चाक गाण्याचा परिणाम म्हणजे ----------

अ] कमी उष्णता निर्मिती

ब] चांगली पृष्ठभाग समाप्त

क] कमी कटिंग प्रेशर

डी] चाकाचा चेहरा आणि कामाच्या पृष्ठभागाच्या दरम्यान जास्त कटिंग प्रेशर

6-147] ग्राइंडिंग ऑपरेशनमध्ये, जमिनीतील धातूचे कण अपघर्षक
कणांमध्ये अडकतात याला म्हणतात .

अ] ड्रेसिंग

ब] सत्य

क] ग्लेझिंग

ड] लोडिंग

7-148] पीसताना मऊ पदार्थांचे कण अडकतात. हे ~- म्हणून ओळखले जाते

अ] लोडिंग

ब] ग्लेझिंग

क] सत्य

ड] मलमपट्टी

8-149] पीसताना मऊ मटेरियलचे कण ग्राइंडिंग व्हीलमध्ये अडकतात. याला म्हणतात -

अ] लोडिंग

ब] ग्लेझिंग

क] सत्य

ड] मलमपट्टी

9-150] ग्राइंडिंग ऑपरेशन दरम्यान, ग्राइंडिंग व्हीलच्या पृष्ठभागावर एक गुळगुळीत आणि चमकदार
देखावा विकसित होतो. या देखाव्याला म्हणतात

अ] ड्रेसिंग

ब] सत्य

क] ग्लेझिंग

ड] लोडिंग

10-151] ग्राइंडिंग ऑपरेशन दरम्यान, ग्राइंडिंग व्हीलच्या पृष्ठभागावर एक गुळगुळीत आणि चमकदार पृष्ठभाग विकसित होतो त्याला ------ असे म्हणतात.

अ] वस्तुमान"

ब] विंग

क] ग्लेझिंग

ड] लोडिंग

औद्योगिक प्रशिक्षण संस्था

मासिक चाचणी-11 , गुण- 20, तारीख:- ______________

(प्रत्येक प्रश्नाला दोन गुण असतात)

1-156] सिलिकॉन कार्बाइड चाके पीसण्यासाठी वापरली जातात

अ] उच्च तन्य शक्ती सामग्री

ब] कमी तन्य शक्ती, कठोर आणि ठिसूळ पदार्थ

क] कडक पोलाद

ड] कोल्ड रोल्ड स्टील

2-157] तुम्हाला काच पीसण्यासाठी योग्य ॲब्रेसिव्ह असलेले ग्राइंडिंग व्हील निवडावे लागेल, तुम्ही कोणता

ॲब्रेसिव्ह प्रकार निवडाल? --------

अ] हिरा

ब] एमरी

क] क्वाट्र्जे

ड] सिलिकॉन कार्बाइड

3-158] खालीलपैकी कोणते कृत्रिम अपघर्षक आहे?

अ] सिलिकॉन कार्बाइड

ब] एमरी

क] हिरा

ड] कोरंडम

4-159] कार्बाइड टीप केलेले उपकरण पीसण्यासाठी कोणत्या प्रकारचे अपघर्षक वापरले जाते?

अ] ॲल्युमिनियम ऑक्साईड

ब] सिलिकॉन कार्बाइड

क] घन बोरॉन नायट्रेट

ड] हिरा

5-160] 'C' चिन्हांकित ग्राइंडिंग व्हील अपघर्षक ------ सह बनवले जाते.

अ] ॲल्युमिनियम ऑक्साईड

ब] सिलिकॉन कार्बाइड

क] हिरा

ड] कोरंडम

6-161] कार्बाइड पीसण्यासाठी कोणत्या प्रकारचे अपघर्षक वापरले जाते?

अ] कोरंडम

ब] टंगस्टन कार्बाइड

C] सिलिकॉन कार्बाइड

ड] ॲल्युमिनियम ऑक्साईड

7-162] खालीलपैकी कोणते एक नैसर्गिक अपघर्षक नाही?

अ] सिलिकॉन कार्बाइड

ब] हिरा

क] एमरी

ड] कोरंडम

8-163] भारतीय मानकानुसार, धान्याचा आकार '46' गटात येतो --------«

अ] कोर्स

ब] मध्यम

क] ठीक आहे

ड] खूप छान

9-165] ग्राइंडिंग व्हील 50 A5066V7 म्हणून चिन्हांकित केले आहे. यामध्ये 50 दर्शविते ----

अ] अपघर्षक काजळीचा प्रकार

क] ग्रेड

ब] धान्याचा आकार

ड] रचना

10-166] ग्राइंडिंग व्हील निवडण्यासाठी खालीलपैकी कोणता घटक विचारात घेतला जात नाही?

अ] ग्राउंड असण्याची सामग्री आणि तिचा कडकपणा

ब] स्टॉक काढणे आणि पृष्ठभाग समाप्त करणे

क] दळण्याची प्रक्रिया ओली असो वा कोरडी

ड] क्रांतीपूर्वी फीड करा

औद्योगिक प्रशिक्षण संस्था

मासिक चाचणी-12 , गुण- 20, तारीखः- _______________

(प्रत्येक प्रश्नाला दोन गुण असतात)

1-171] कट ऑफ व्हीलमध्ये कोणत्या प्रकारचे बंध वापरले जातात?

अ] सत्यापित बाँड

ब] सिलिकेट बंध

क] शेलॅक बाँड

ड] रबर बाँड

2-172] खालीलपैकी कोणता बॉण्ड चाकांना पीसण्यासाठी सर्वात जास्त वापरला जातो?

अ] विट्रिफाइड

ब] रबर

क] शेलॅक

ड] सिलिकेट

3-173] रेझिनोइड बाँडसाठी पारंपारिकपणे वापरले जाणारे चिन्ह --------- आहे.

अ] व्ही.

ब] आर

क] बी

ड] इ

4-174] रेझिनॉइड बाँडसाठी पारंपारिकपणे वापरले जाणारे चिन्ह ---- आहे.

अ] वि

ब] आर

क] बी

ड] इ

5-175] खालीलपैकी कोणते विट्रिफाइड बाँडचे वैशिष्ट्य नाही

अ] उच्च सच्छिद्रता आणि ताकद पुन्हा

ब] खोलीच्या तपमानावर तेल, आम्ल आणि पाण्याच्या विरूद्ध प्रतिक्रिया प्रतिकार करण्याची क्षमता

क] जलद कटिंग क्रिया

ड] स्टॉक काढण्याचा उच्च दर

6-176] 90 सेमी पेक्षा जास्त आकाराच्या चाकांच्या ग्राइंडिंगसाठी, खालीलपैकी कोणती मोल्डिंग

प्रक्रिया किंवा बाँड प्राधान्य दिले जाते?

अ] विट्रिफाइड

ब] सिलिकेट प्रक्रिया

क] शेलॅक प्रक्रिया

ड] रबर प्रक्रिया

7-177] आदर्श दळणे नष्ट होईल ---------

अ] अपघर्षक कण निस्तेज होतात म्हणून

ब] पूर्वनिश्चित दराने

क] हळूहळू पैसे वाचवण्यासाठी

ड] चांगले फिनिश देण्यासाठी जलद

8-178] ग्राइंडिंग व्हीलमध्ये, बंधाच्या ताकदीला म्हणतात.

अ] श्रेणी

ब] धान्य

क] बंध

ड] रचना

9-179] खालीलपैकी कोणते चाकांच्या मध्यम दर्जाचे प्रतिनिधित्व करेल?

अ] TtoZ

ब] AtoG

C] LtoO

D]PtoS

10-180] ग्राइंडिंग व्हीलमध्ये अपघर्षक दाण्यांमधील बंधाचे प्रमाण म्हणतात.

अ] श्रेणी

ब] धान्य

क] बंध

ड] रचना

www.ingramcontent.com/pod-product-compliance
Ingram Content Group UK Ltd.
Pitfield, Milton Keynes, MK11 3LW, UK
UKHW021917190726
13853UKWH00002B/716